300 CÂU
THÀNH NGỮ
HÁN VIỆT THÔNG DỤNG

常用
漢越成語
300句
精選

非學不可！
最實用！
最道地！

阮蓮香 / 黎寶珠 編著
Nguyễn Thị Liên Hương / Lê Thị Bảo Châu

　　本書是由阮蓮香（Nguyễn Thị Liên Hương）與黎寶珠（Lê Thị Bảo Châu）共同編撰，同時也是兩位作者共同創作的第三部心血結晶。在此之前，兩人合作編寫了多本學習越南語的書籍，如小學的越南語教科書第六冊《越來越有趣》和《讀伊索寓言輕鬆學越文》（中越對照）。

　　作者阮蓮香除了擁有十五年在國立臺灣大學教授越南語和越南文化以及十多年在越南社會科學翰林院從事研究員的經驗外，還曾擔任臺灣《四方報》越南語版的成語專欄編輯，也曾經在臺灣和美國出版了十多本關於學習越南語的書籍。

　　作者黎寶珠目前是越南芽莊大學外語系的中文講師，博士論文題目是《漢越成語研究—以對外漢語教學為導向》（臺灣國立政治大學華語文教學博士論文）。

　　近年來，臺灣對學習越南語的需求不斷增加，已有許多不同類型的越南語書籍出版。然而，這些書籍還缺乏豐富性，特別是針對中／越語教師、學習者和研究人員所編撰的語言及文化對照素材，因此，我們決定根據在越南、華語地區既有之成語，經過綜合分析，選出最常用的，共同推出您現在手上所拿的這本《常用漢越成語 300 句精選》。

　　本書精選越南語常用的「漢源成語」300 句，所謂的「漢源成語」指的是「源自於漢語的越南語成語」，它不同於「純越成語」，又叫做「漢越成語」。若能熟記這 300 個常用的「漢越成語」，將會使您更加理解漢越成語之間的異同，同時在表達這兩種語言時也能更加順暢流利。

這本書可算是臺灣第一本漢越成語書籍，具有以下特點：

1. 標題：每個成語均以「繁體中文 / 簡體中文」搭配「越南語」雙語呈現，中文部分並有相對應的「注音」與「拼音」，適合所有華語學習者學習。

2. 成語分類：本書在註解部分，會標示出該成語的分類，一種為「原樣漢越成語」，即中文和越南語「讀音」和「意義」皆相同的漢越成語；另一種是「越化漢越成語」，指的是該成語雖然源自於漢語，但在成為越南語後，在讀音、詞素、結構、意義、用法等方面產生了變化的成語。

3. 註解：不管中文或是越南語的註解，均是作者閱讀大量文獻，在融會貫通後，以最淺顯易懂的方式所做的說明，為的是讓學習者能夠一目了然，迅速了解該成語的意義，以及使用時應注意的事項。

4. 例句：全書所有成語，均提供實用例句，而且是中越文對照。尤其在「越化漢越成語」中，遇到意義和用法上均存在差異的成語，還會特別附上二種例句，讓讀者洞悉真正的用法。

5. 繁體中文 / 簡體中文：為了讓所有華語學習者均能順暢地使用本書，本書所有說明以及例句，均以「繁體中文」上有相對應之「簡體中文」方式呈現。唯在同一頁內，若前面出現之繁體字已標注過簡體字，之後便不再重複標注。

6. 索引：為了讓讀者方面查找成語，本書特別安排三種索引。第一種位於「目次」，是依照「中文成語第一個字的漢語拼音 ABC 字母」順序來排列；第二種位於「索引 1」，是依照「中文成語第一個字的筆畫」順序來排列；第三種位於「索引 2」，是依照「越南語成語第一個字的 ABC 字母」順序來排列，學習者可依自己的需求隨時查找或直接復習。

7. 適用對象：本書適合正在教授「越南語」、「中文」的老師，以及正在學習、研習「越南語」與「中文」的學習者和研究人員，當然也適用於居住在臺灣的越南新住民以及第二代。

　　雖然在編寫過程中已力求完善，但難免會有不足之處，希望各位同業與讀者不吝多多指教。真誠感謝。

編輯團隊

阮蓮香 Nguyễn Thị Liên Hương、黎寶珠 Lê Thị Bảo Châu

2023 年 09 月 02 日

臺北－芽莊

目次

依「中文成語首字之漢語拼音 ABC 字母」順序

順序	中文成語注音符號 漢語拼音	成語繁體字 與簡體字	越南語成語	頁碼
16	ㄅㄨˋㄈㄣㄕㄥˋㄈㄨˋ **bù fēn shèng fù**	不分勝負 不分胜负	Bất phân thắng bại	16
17	ㄅㄨˊㄍㄨㄥˋㄉㄞˋㄊㄧㄢ **bú gòng dài tiān**	不共戴天	Không đội trời chung	17
18	ㄅㄨˋㄎㄜˇㄐㄧㄡˋㄧㄠˋ **bù kě jiù yào**	不可救藥 不可救药	Vô phương cứu chữa	18
19	ㄅㄨˋㄌㄠˊㄦˊㄏㄨㄛˋ **bù láo ér huò**	不勞而獲 不劳而获	Không làm mà hưởng	19
20	ㄅㄨˋㄒㄧㄥˇㄖㄣˊㄕˋ **bù xǐng rén shì**	不省人事	Bất tỉnh nhân sự	20
21	ㄅㄨˋㄧㄢˊㄅㄨˋㄩˇ **bù yán bù yǔ**	不言不語 不言不语	Chẳng nói chẳng rằng	21
22	ㄅㄨˋㄧˋㄦˊㄈㄟ **bù yì ér fēi**	不翼而飛 不翼而飞	Không cánh mà bay	22
23	ㄅㄨˋㄩㄝㄦˊㄊㄨㄥˊ **bù yuē ér tóng**	不約而同 不约而同	Không hẹn mà gặp	23
24	ㄘㄞˊㄗˇㄐㄧㄚㄖㄣˊ **cái zǐ jiā rén**	才子佳人	Tài tử giai nhân	24
25	ㄘㄨㄛˋㄕㄡˇㄅㄨˋㄐㄧˊ **cuò shǒu bù jí**	措手不及	Trở tay không kịp	25
26	ㄔㄤˊㄕㄥㄅㄨˋㄌㄠˇ **cháng shēng bù lǎo**	長生不老 长生不老	Trường sinh bất lão	26
27	ㄔㄤˊㄒㄩㄉㄨㄢˇㄊㄢˋ **cháng xū duǎn tàn**	長吁短嘆 长吁短叹	Thở ngắn than dài	27
28	ㄔㄣˊㄩˊㄌㄨㄛˋㄧㄢˋ **chén yú luò yàn**	沉魚落雁 沉鱼落雁	Chim sa cá lặn	28
29	ㄔㄥˊㄈㄥㄆㄛˋㄌㄤˋ **chéng fēng pò làng**	乘風破浪 乘风破浪	Cưỡi gió đạp sóng	29
30	ㄔㄥˊㄐㄧㄚㄌㄧˋㄧㄝˋ **chéng jiā lì yè**	成家立業 成家立业	Thành gia lập nghiệp	30

順序	中文成語注音符號 漢語拼音	成語繁體字 與簡體字	越南語成語	頁碼
31	ㄔㄥˊㄒㄧㄣㄔㄥˊㄧˋ **chéng xīn chéng yì**	誠心誠意 诚心诚意	Thành tâm thành ý	31
32	ㄔㄨㄎㄡˇㄔㄥˊㄓㄤ **chū kǒu chéng zhāng**	出口成章	Xuất khẩu thành chương	32
33	ㄔㄨㄕㄥㄖㄨˋㄙˇ **chū shēng rù sǐ**	出生入死	Vào sinh ra tử	33
34	ㄔㄨㄊㄡˊㄌㄡˋㄇㄧㄢˋ **chū tóu lòu miàn**	出頭露面 出头露面	Xuất đầu lộ diện	34
35	ㄔㄨㄢㄓㄣㄧㄣˇㄒㄧㄢˋ **chuān zhēn yǐn xiàn**	穿針引線 穿针引线	Dẫn đường chỉ lối	35
36	ㄔㄨㄟㄇㄠˊㄑㄧㄡˊㄘ **chuī máo qiú cī**	吹毛求疵	Bới lông tìm vết	36
37	ㄔㄨㄣˊㄨㄤˊㄔˇㄏㄢˊ **chún wáng chǐ hán**	唇亡齒寒 唇亡齿寒	Môi hở răng lạnh	37
38	ㄉㄚˋㄘˊㄉㄚˋㄅㄟ **dà cí dà bēi**	大慈大悲	Đại từ đại bi	38
39	ㄉㄚˋㄉㄠㄎㄨㄛˋㄈㄨˇ **dà dāo kuò fǔ**	大刀闊斧 大刀阔斧	Đao to búa lớn	39
40	ㄉㄚˋㄈㄚㄌㄟˊㄊㄧㄥˊ **dà fā léi tíng**	大發雷霆 大发雷霆	Nổi trận lôi đình	40
41	ㄉㄚˋㄍㄨㄥㄨˊㄙ **dà gōng wú sī**	大公無私 大公无私	Chí công vô tư	41
42	ㄉㄢㄑㄧㄤㄆㄧㄇㄚˇ **dān qiāng pī mǎ**	單槍匹馬 单枪匹马	Đơn thương độc mã	42
43	ㄉㄜˊㄘㄞˊㄐㄧㄢㄅㄟˋ **dé cái jiān bèi**	德才兼備 德才兼备	Tài đức vẹn toàn	43
44	ㄉㄧˋㄍㄨㄤˇㄖㄣˊㄒㄧ **dì guǎng rén xī**	地廣人稀 地广人稀	Đất rộng người thưa	44
45	ㄉㄧㄢㄉㄠˇㄏㄟㄅㄞˊ **diān dǎo hēi bái**	顛倒黑白 颠倒黑白	Đổi trắng thay đen	45

順序	中文成語注音符號 漢語拼音	成語繁體字 與簡體字	越南語成語	頁碼
46	ㄉㄧㄢ ㄉㄠˇ ㄕˋ ㄈㄟ **diān dǎo shì fēi**	顛倒是非 颠倒是非	Thật giả lẫn lộn	46
47	ㄉㄧㄠˋ ㄅㄧㄥ ㄑㄧㄢˇ ㄐㄧㄤˋ **diào bīng qiǎn jiàng**	調兵遣將 调兵遣将	Điều binh khiển tướng	47
48	ㄉㄧㄠˋ ㄏㄨˇ ㄌㄧˊ ㄕㄢ **diào hǔ lí shān**	調虎離山 调虎离山	Điệu hổ ly sơn	48
49	ㄉㄧㄥˇ ㄊㄧㄢ ㄌㄧˋ ㄉㄧˋ **dǐng tiān lì dì**	頂天立地 顶天立地	Đội trời đạp đất	49
50	ㄉㄨㄥ ㄅㄣ ㄒㄧ ㄆㄠˇ **dōng bēn xī pǎo**	東奔西跑 东奔西跑	Chạy ngược chạy xuôi	50
51	ㄉㄨˊ ㄧ ㄨˊ ㄦˋ **dú yī wú èr**	獨一無二 独一无二	Độc nhất vô nhị	51
52	ㄉㄨˊ ㄌㄧˋ ㄗˋ ㄓㄨˇ **dú lì zì zhǔ**	獨立自主 独立自主	Độc lập tự chủ	52
53	ㄉㄨㄟˋ ㄋㄧㄡˊ ㄊㄢˊ ㄑㄧㄣˊ **duì niú tán qín**	對牛彈琴 对牛弹琴	Đàn gảy tai trâu	53
54	ㄉㄨㄛ ㄘㄞˊ ㄉㄨㄛ ㄧˋ **duō cái duō yì**	多才多藝 多才多艺	Đa tài đa nghệ	54
55	ㄉㄨㄛ ㄔㄡˊ ㄕㄢˋ ㄍㄢˇ **duō chóu shàn gǎn**	多愁善感	Đa sầu đa cảm	55
56	ㄜˋ ㄧㄡˇ ㄜˋ ㄅㄠˋ **è yǒu è bào**	惡有惡報 恶有恶报	Ác giả ác báo	56
57	ㄣ ㄐㄧㄤ ㄔㄡˊ ㄅㄠˋ **ēn jiāng chóu bào**	恩將仇報 恩将仇报	Lấy oán trả ân	57
58	ㄦˇ ㄨㄣˊ ㄇㄨˋ ㄉㄨˇ **ěr wén mù dǔ**	耳聞目睹 耳闻目睹	Mắt thấy tai nghe	58
59	ㄈㄢˊ ㄈㄨ ㄙㄨˊ ㄗˇ **fán fū sú zǐ**	凡夫俗子	Phàm phu tục tử	59
60	ㄈㄢˇ ㄌㄠˇ ㄏㄨㄢˊ ㄊㄨㄥˊ **fǎn lǎo huán tóng**	返老還童 返老还童	Cải lão hoàn đồng	60

順序	中文成語注音符號 漢語拼音	成語繁體字 與簡體字	越南語成語	頁碼
61	ㄈㄤˋㄏㄨˇㄍㄨㄟㄕㄢ **fàng hǔ guī shān**	放虎歸山 放虎归山	Thả hổ về rừng	**61**
62	ㄈㄥㄘㄢㄌㄨˋㄙㄨˋ **fēng cān lù sù**	風餐露宿 风餐露宿	Dãi gió dầm sương	**62**
63	ㄈㄥㄔㄨㄟㄩˇㄉㄚˇ **fēng chuī yǔ dǎ**	風吹雨打 风吹雨打	Mưa dập gió vùi	**63**
64	ㄈㄥㄏㄨㄚㄒㄩㄝˇㄩㄝˋ **fēng huā xuě yuè**	風花雪月 风花雪月	Phong hoa tuyết nguyệt	**64**
65	ㄈㄥㄌㄧㄡˊㄩㄣˊㄙㄢˋ **fēng liú yún sàn**	風流雲散 风流云散	Gió thoảng mây trôi	**65**
66	ㄈㄥㄆㄧㄥˊㄌㄤˋㄐㄧㄥˋ **fēng píng làng jìng**	風平浪靜 风平浪静	Sóng yên gió lặng	**66**
67	ㄈㄥㄊㄧㄠˊㄩˇㄕㄨㄣˋ **fēng tiáo yǔ shùn**	風調雨順 风调雨顺	Mưa thuận gió hòa	**67**
68	ㄍㄞˇㄒㄧㄝˊㄍㄨㄟㄓㄥˋ **gǎi xié guī zhèng**	改邪歸正 改邪归正	Cải tà quy chính	**68**
69	ㄍㄠㄌㄡˊㄉㄚˋㄒㄧㄚˋ **gāo lóu dà shà**	高樓大廈 高楼大厦	Nhà cao cửa rộng	**69**
70	ㄍㄠㄓㄢㄩㄢˇㄓㄨˇ **gāo zhān yuǎn zhǔ**	高瞻遠矚 高瞻远瞩	Nhìn xa trông rộng	**70**
71	ㄍㄣㄕㄣㄉㄧˋㄍㄨˋ **gēn shēn dì gù**	根深蒂固	Thâm căn cố đế	**71**
72	ㄍㄨㄥㄔㄥˊㄇㄧㄥˊㄙㄨㄟˋ **gōng chéng míng suì**	功成名遂	Công thành danh toại	**72**
73	ㄍㄡˇㄓㄤˋㄖㄣˊㄕˋ **gǒu zhàng rén shì**	狗仗人勢 狗仗人势	Chó cậy gần nhà	**73**
74	ㄍㄨㄦˊㄍㄨㄚˇㄈㄨˋ **gū ér guǎ fù**	孤兒寡婦 孤儿寡妇	Cô nhi quả phụ	**74**
75	ㄍㄨˇㄕㄡˋㄖㄨˊㄔㄞˊ **gǔ shòu rú chái**	骨瘦如柴	Gầy như que củi	**75**

順序	中文成語注音符號 漢語拼音	成語繁體字 與簡體字	越南語成語	頁碼
76	ㄍㄨㄤ ㄇㄧㄥˊ ㄓㄥˋ ㄉㄚˋ **guāng míng zhèng dà**	光明正大	Quang minh chính đại	76
77	ㄍㄨㄟˇ ㄕˇ ㄕㄣˊ ㄔㄞ **guǐ shǐ shén chāi**	鬼使神差	Ma xui quỷ khiến	77
78	ㄍㄨㄛˊ ㄙㄜˋ ㄊㄧㄢ ㄒㄧㄤ **guó sè tiān xiāng**	國色天香 国色天香	Quốc sắc thiên hương	78
79	ㄍㄨㄛˊ ㄊㄞˋ ㄇㄧㄣˊ ㄢ **guó tài mín ān**	國泰民安 国泰民安	Quốc thái dân an	79
80	ㄍㄨㄛˋ ㄏㄜˊ ㄔㄞ ㄑㄧㄠˊ **guò hé chāi qiáo**	過河拆橋 过河拆桥	Qua cầu rút ván	80
81	ㄏㄞˇ ㄎㄨ ㄕˊ ㄌㄢˋ **hǎi kū shí làn**	海枯石爛 海枯石烂	Sông cạn đá mòn	81
82	ㄏㄞˇ ㄎㄨㄛˋ ㄊㄧㄢ ㄎㄨㄥ **hǎi kuò tiān kōng**	海闊天空 海阔天空	Biển rộng trời cao	82
83	ㄏㄞˇ ㄉㄧˇ ㄌㄠ ㄓㄣ **hǎi dǐ lāo zhēn**	海底撈針 海底捞针	Mò kim đáy biển	83
84	ㄏㄞˇ ㄕˋ ㄕㄢ ㄇㄥˊ **hǎi shì shān méng**	海誓山盟	Thề non hẹn biển	84
85	ㄏㄢˊ ㄒㄧㄝˇ ㄆㄣ ㄖㄣˊ **hán xiě pēn rén**	含血噴人 含血喷人	Ngậm máu phun người	85
86	ㄏㄜˊ ㄉㄨㄥ ㄕ ㄏㄡˇ **hé dōng shī hǒu**	河東獅吼 河东狮吼	Sư tử Hà Đông	86
87	ㄏㄜˊ ㄑㄧㄥˊ ㄏㄜˊ ㄌㄧˇ **hé qíng hé lǐ**	合情合理	Hợp tình hợp lý	87
88	ㄏㄟ ㄅㄞˊ ㄈㄣ ㄇㄧㄥˊ **hēi bái fēn míng**	黑白分明	Trắng đen rõ ràng	88
89	ㄏㄨㄥˊ ㄧㄢˊ ㄅㄛˊ ㄇㄧㄥˋ **hóng yán bó mìng**	紅顏薄命 红颜薄命	Hồng nhan bạc mệnh	89
90	ㄏㄨ ㄈㄥ ㄏㄨㄢˋ ㄩˇ **hū fēng huàn yǔ**	呼風喚雨 呼风唤雨	Hô mưa gọi gió	90

順序	中文成語注音符號 漢語拼音	成語繁體字 與簡體字	越南語成語	頁碼
91	ㄏㄨˇ ㄊㄡˊ ㄕㄜˊ ㄨㄟˇ **hǔ tóu shé wěi**	虎頭蛇尾 虎头蛇尾	Đầu voi đuôi chuột	**91**
92	ㄏㄨˊ ㄐㄧㄚˇ ㄏㄨˇ ㄨㄟ **hú jiǎ hǔ wēi**	狐假虎威	Cáo mượn oai hùm	**92**
93	ㄏㄨㄚˋ ㄅㄧㄥˇ ㄔㄨㄥ ㄐㄧ **huà bǐng chōng jī**	畫餅充飢 画饼充饥	Đói ăn bánh vẽ	**93**
94	ㄏㄨㄟˊ ㄊㄡˊ ㄕˋ ㄢˋ **huí tóu shì àn**	回頭是岸 回头是岸	Quay đầu là bờ	**94**
95	ㄏㄨㄟˊ ㄒㄧㄣ ㄓㄨㄢˇ ㄧˋ **huí xīn zhuǎn yì**	回心轉意 回心转意	Hồi tâm chuyển ý	**95**
96	ㄏㄨㄣˊ ㄈㄟ ㄆㄛˋ ㄙㄢˋ **hún fēi pò sàn**	魂飛魄散 魂飞魄散	Hồn bay phách lạc	**96**
97	ㄏㄨㄛˋ ㄅㄨˋ ㄉㄢ ㄒㄧㄥˊ **huò bù dān xíng**	禍不單行 祸不单行	Họa vô đơn chí	**97**
98	ㄏㄡˋ ㄕㄥ ㄎㄜˇ ㄨㄟˋ **hòu shēng kě wèi**	後生可畏 后生可畏	Hậu sinh khả úy	**98**
99	ㄐㄧˊ ㄓㄨㄥ ㄕㄥ ㄓˋ **jí zhōng shēng zhì**	急中生智	Cái khó ló cái khôn	**99**
100	ㄐㄧˊ ㄒㄧㄤˊ ㄖㄨˊ ㄧˋ **jí xiáng rú yì**	吉祥如意	Cát tường như ý	**100**
101	ㄐㄧㄚˇ ㄖㄣˊ ㄐㄧㄚˇ ㄧˋ **jiǎ rén jiǎ yì**	假仁假義 假仁假义	Giả nhân giả nghĩa	**101**
102	ㄐㄧㄢˋ ㄉㄨㄛ ㄕˋ ㄍㄨㄤˇ **jiàn duō shì guǎng**	見多識廣 见多识广	Học rộng biết nhiều	**102**
103	ㄐㄧㄤ ㄍㄨㄥ ㄕㄨˊ ㄗㄨㄟˋ **jiāng gōng shú zuì**	將功贖罪 将功赎罪	Lấy công chuộc tội	**103**
104	ㄐㄧㄤ ㄐㄧˋ ㄐㄧㄡˋ ㄐㄧˋ **jiāng jì jiù jì**	將計就計 将计就计	Tương kế tựu kế	**104**
105	ㄐㄧㄠ ㄊㄡˊ ㄌㄢˋ ㄜˊ **jiāo tóu làn é**	焦頭爛額 焦头烂额	Sứt đầu mẻ trán	**105**

順序	中文成語注音符號 漢語拼音	成語繁體字 與簡體字	越南語成語	頁碼
106	ㄐㄧㄝˊㄗㄨˊㄒㄧㄢㄉㄥ **jié zú xiān dēng**	捷足先登	Nhanh chân đến trước	**106**
107	ㄐㄧㄝˋㄉㄠㄕㄚㄖㄣˊ **jiè dāo shā rén**	借刀殺人 借刀杀人	Mượn dao giết người	**107**
108	ㄐㄧㄣㄎㄜㄩˋㄌㄩˋ **jīn kē yù lǜ**	金科玉律	Khuôn vàng thước ngọc	**108**
109	ㄐㄧㄣㄊㄨㄥˊㄩˋㄋㄩˇ **jīn tóng yù nǚ**	金童玉女	Kim đồng ngọc nữ	**109**
110	ㄐㄧㄣㄓㄩˋㄧㄝˋ **jīn zhī yù yè**	金枝玉葉 金枝玉叶	Lá ngọc cành vàng	**110**
111	ㄐㄧㄣˋㄊㄨㄟˋㄌㄧㄤˇㄋㄢˊ **jìn tuì liǎng nán**	進退兩難 进退两难	Tiến thoái lưỡng nan	**111**
112	ㄐㄧㄣˋㄒㄧㄣㄐㄧㄝˊㄌㄧˋ **jìn xīn jié lì**	盡心竭力 尽心竭力	Tận tâm tận lực	**112**
113	ㄐㄧㄥㄊㄧㄢㄉㄨㄥˋㄉㄧˋ **jīng tiān dòng dì**	驚天動地 惊天动地	Kinh thiên động địa	**113**
114	ㄐㄧㄥˇㄉㄧˇㄓㄨㄚ **jǐng dǐ zhī wā**	井底之蛙	Ếch ngồi đáy giếng	**114**
115	ㄐㄧㄥˋㄦˊㄩㄢˋㄓ **jìng ér yuàn zhī**	敬而遠之 敬而远之	Kính nhi viễn chi	**115**
116	ㄐㄧㄡˇㄙˇㄧㄕㄥ **jiǔ sǐ yī shēng**	九死一生	Thập tử nhất sinh	**116**
117	ㄐㄧㄡˋㄎㄨˇㄐㄧㄡˋㄋㄢˋ **jiù kǔ jiù nàn**	救苦救難 救苦救难	Cứu khổ cứu nạn	**117**
118	ㄐㄩˊㄍㄨㄥㄐㄧㄣˋㄘㄨㄟˋ **jú gōng jìn cuì**	鞠躬盡瘁 鞠躬尽瘁	Cúc cung tận tụy	**118**
119	ㄐㄩˋㄕㄚㄔㄥˊㄊㄚ **jù shā chéng tǎ**	聚沙成塔	Góp gió thành bão	**119**
120	ㄎㄞㄏㄨㄚㄐㄧㄝˊㄍㄨㄛˇ **kāi huā jié guǒ**	開花結果 开花结果	Đơm hoa kết trái	**120**

順序	中文成語注音符號 漢語拼音	成語繁體字 與簡體字	越南語成語	頁碼
121	ㄎㄞ ㄊㄧㄢ ㄆㄧˋ ㄉㄧˋ **kāi tiān pì dì**	開天闢地 开天辟地	Khai thiên lập địa	**121**
122	ㄎㄜˋ ㄍㄨˇ ㄇㄧㄥˊ ㄒㄧㄣ **kè gǔ míng xīn**	刻骨銘心 刻骨铭心	Khắc cốt ghi tâm	**122**
123	ㄎㄨㄥ ㄑㄧㄢˊ ㄐㄩㄝˊ ㄏㄡˋ **kōng qián jué hòu**	空前絕後 空前绝后	Vô tiền khoáng hậu	**123**
124	ㄎㄨ ㄒㄧㄠˋ ㄅㄨˋ ㄉㄜˊ **kū xiào bù dé**	哭笑不得	Dở khóc dở cười	**124**
125	ㄎㄨˇ ㄐㄧㄣˋ ㄍㄢ ㄌㄞˊ **kǔ jìn gān lái**	苦盡甘來 苦尽甘来	Khổ tận cam lai	**125**
126	ㄌㄞˊ ㄖˋ ㄈㄤ ㄔㄤˊ **lái rì fāng cháng**	來日方長 来日方长	Ngày rộng tháng dài	**126**
127	ㄌㄠˇ ㄇㄚˇ ㄕˋ ㄊㄨˊ **lǎo mǎ shì tú**	老馬識途 老马识途	Ngựa quen đường cũ	**127**
128	ㄌㄤˊ ㄘㄞˊ ㄋㄩˇ ㄇㄠˋ **láng cái nǚ mào**	郎才女貌	Trai tài gái sắc	**128**
129	ㄌㄤˊ ㄒㄧㄣ ㄍㄡˇ ㄈㄟˋ **láng xīn gǒu fèi**	狼心狗肺	Lòng lang dạ sói	**129**
130	ㄌㄜˋ ㄦˊ ㄨㄤˋ ㄈㄢˇ **lè ér wàng fǎn**	樂而忘返 乐而忘返	Vui quên đường về	**130**
131	ㄌㄧˋ ㄅㄨˋ ㄘㄨㄥˊ ㄒㄧㄣ **lì bù cóng xīn**	力不從心 力不从心	Lực bất tòng tâm	**131**
132	ㄌㄧㄤˊ ㄕ ㄧˋ ㄧㄡˇ **liáng shī yì yǒu**	良師益友 良师益友	Thầy tốt bạn hiền	**132**
133	ㄌㄧㄤˊ ㄧㄠˋ ㄎㄨˇ ㄎㄡˇ **liáng yào kǔ kǒu**	良藥苦口 良药苦口	Thuốc đắng giã tật	**133**
134	ㄌㄧㄤˇ ㄑㄩㄢˊ ㄑㄧˊ ㄇㄟˇ **liǎng quán qí měi**	兩全其美 两全其美	Vẹn cả đôi đường	**134**
135	ㄌㄧㄠˇ ㄖㄨˊ ㄓˇ ㄓㄤˇ **liǎo rú zhǐ zhǎng**	瞭如指掌 了如指掌	Rõ như lòng bàn tay	**135**

順序	中文成語注音符號 漢語拼音	成語繁體字 與簡體字	越南語成語	頁碼
136	ㄌㄧㄠˋ ㄕˋ ㄖㄨˊ ㄕㄣˊ **liào shì rú shén**	料事如神	Liệu sự như thần	**136**
137	ㄌㄧㄡˊ ㄈㄤ ㄅㄞˇ ㄕˋ **liú fāng bǎi shì**	流芳百世	Tiếng thơm muôn đời	**137**
138	ㄌㄨㄥˊ ㄈㄟ ㄈㄥˋ ㄨˇ **lóng fēi fèng wǔ**	龍飛鳳舞 龙飞凤舞	Rồng bay phượng múa	**138**
139	ㄌㄨㄥˊ ㄓㄥ ㄏㄨˇ ㄉㄡˋ **lóng zhēng hǔ dòu**	龍爭虎鬥 龙争虎斗	Long tranh hổ đấu	**139**
140	ㄇㄚˇ ㄉㄠˋ ㄔㄥˊ ㄍㄨㄥ **mǎ dào chéng gōng**	馬到成功 马到成功	Mã đáo thành công	**140**
141	ㄇㄤˊ ㄖㄣˊ ㄇㄛ ㄒㄧㄤˋ **máng rén mō xiàng**	盲人摸象	Thầy bói xem voi	**141**
142	ㄇㄠˋ ㄏㄜˊ ㄕㄣˊ ㄌㄧˊ **mào hé shén lí**	貌合神離 貌合神离	Bằng mặt không bằng lòng	**142**
143	ㄇㄣˊ ㄉㄤ ㄏㄨˋ ㄉㄨㄟˋ **mén dāng hù duì**	門當戶對 门当户对	Môn đăng hộ đối	**143**
144	ㄇㄧㄢˋ ㄏㄨㄥˊ ㄦˇ ㄔˋ **miàn hóng ěr chì**	面紅耳赤 面红耳赤	Mặt đỏ tía tai	**144**
145	ㄇㄧㄥˊ ㄅㄨˋ ㄒㄩ ㄔㄨㄢˊ **míng bù xū chuán**	名不虛傳 名不虚传	Danh bất hư truyền	**145**
146	ㄇㄧㄥˊ ㄓㄥˋ ㄧㄢˊ ㄕㄨㄣˋ **míng zhèng yán shùn**	名正言順 名正言顺	Danh chính ngôn thuận	**146**
147	ㄇㄨˋ ㄧˇ ㄔㄥˊ ㄓㄡ **mù yǐ chéng zhōu**	木已成舟	Ván đã đóng thuyền	**147**
148	ㄇㄨˋ ㄓㄨㄥ ㄨˊ ㄖㄣˊ **mù zhōng wú rén**	目中無人 目中无人	Mục hạ vô nhân	**148**
149	ㄋㄢˊ ㄋㄩˇ ㄌㄠˇ ㄕㄠˋ **nán nǚ lǎo shào**	男女老少	Già trẻ gái trai	**149**
150	ㄋㄧㄡˊ ㄌㄤˊ ㄓ ㄋㄩˇ **niú láng zhī nǚ**	牛郎織女 牛郎织女	Ngưu Lang Chức Nữ	**150**

順序	中文成語注音符號 漢語拼音	成語繁體字 與簡體字	越南語成語	頁碼
151	ㄋㄧㄡˊㄊㄡˊㄇㄚˇㄇㄧㄢˋ **niú tóu mǎ miàn**	牛頭馬面 牛头马面	Đầu trâu mặt ngựa	**151**
152	ㄆㄧㄥˊㄢㄨˊㄕˋ **píng ān wú shì**	平安無事 平安无事	Bình an vô sự	**152**
153	ㄑㄧㄌㄧˊㄗˇㄙㄢˋ **qī lí zǐ sàn**	妻離子散 妻离子散	Tan đàn xẻ nghé	**153**
154	ㄑㄧㄗㄨㄟˇㄅㄚㄕㄜˊ **qī zuǐ bā shé**	七嘴八舌	Mồm năm miệng mười	**154**
155	ㄑㄧˊㄈㄥˊㄉㄧˊㄕㄡˇ **qí féng dí shǒu**	棋逢敵手 棋逢敌手	Kỳ phùng địch thủ	**155**
156	ㄑㄧˊㄏㄨˇㄋㄢˊㄒㄧㄚˋ **qí hǔ nán xià**	騎虎難下 骑虎难下	Ngồi trên lưng cọp	**156**
157	ㄑㄧˇㄙˇㄏㄨㄟˊㄕㄥ **qǐ sǐ huí shēng**	起死回生	Cải tử hoàn sinh	**157**
158	ㄑㄧㄢㄅㄧㄢˋㄨㄢˋㄏㄨㄚˋ **qiān biàn wàn huà**	千變萬化 千变万化	Thiên biến vạn hóa	**158**
159	ㄑㄧㄢㄈㄤㄅㄞˇㄐㄧˋ **qiān fāng bǎi jì**	千方百計 千方百计	Trăm phương nghìn kế	**159**
160	ㄑㄧㄢㄐㄩㄣㄧㄈㄚˇ **qiān jūn yī fǎ**	千鈞一髮 千钧一发	Ngàn cân treo sợi tóc	**160**
161	ㄑㄧㄢㄒㄧㄣㄨㄢˋㄎㄨˇ **qiān xīn wàn kǔ**	千辛萬苦 千辛万苦	Trăm đắng ngàn cay	**161**
162	ㄑㄧㄢㄕㄢㄨㄢˋㄕㄨㄟˇ **qiān shān wàn shuǐ**	千山萬水 千山万水	Thiên sơn vạn thủy	**162**
163	ㄑㄧㄢㄗㄞˇㄧㄕˊ **qiān zǎi yī shí**	千載一時 千载一时	Ngàn năm có một	**163**
164	ㄑㄧㄢˊㄏㄨㄏㄡˋㄩㄥˇ **qián hū hòu yǒng**	前呼後擁 前呼后拥	Tiền hô hậu ủng	**164**
165	ㄑㄧㄢˊㄧㄣㄏㄡˋㄍㄨㄛˇ **qián yīn hòu guǒ**	前因後果 前因后果	Nhân nào quả nấy	**165**

順序	中文成語注音符號 漢語拼音	成語繁體字 與簡體字	越南語成語	頁碼
166	ㄑㄧㄥ ㄍㄨㄛˊ ㄑㄧㄥ ㄔㄥˊ **qīng guó qīng chéng**	傾國傾城 倾国倾城	Khuynh quốc khuynh thành	**166**
167	ㄑㄧㄥ ㄇㄟˊ ㄓㄨˊ ㄇㄚˇ **qīng méi zhú mǎ**	青梅竹馬 青梅竹马	Thanh mai trúc mã	**167**
168	ㄑㄧㄥ ㄊㄧㄢ ㄅㄞˊ ㄖˋ **qīng tiān bái rì**	青天白日	Thanh thiên bạch nhật	**168**
169	ㄑㄧㄥ ㄩˊ ㄏㄨㄥˊ ㄇㄠˊ **qīng yú hóng máo**	輕於鴻毛 轻于鸿毛	Nhẹ tựa lông hồng	**169**
170	ㄑㄧㄥˊ ㄊㄡˊ ㄧˋ ㄏㄜˊ **qíng tóu yì hé**	情投意合	Tâm đầu ý hợp	**170**
171	ㄑㄩㄥˊ ㄕㄢ ㄜˋ ㄕㄨㄟˇ **qióng shān è shuǐ**	窮山惡水 穷山恶水	Rừng thiêng nước độc	**171**
172	ㄑㄩㄢˊ ㄒㄧㄣ ㄑㄩㄢˊ ㄧˋ **quán xīn quán yì**	全心全意	Toàn tâm toàn ý	**172**
173	ㄖㄣˊ ㄉㄧㄥˋ ㄕㄥˋ ㄊㄧㄢ **rén dìng shèng tiān**	人定勝天 人定胜天	Nhân định thắng thiên	**173**
174	ㄖㄣˊ ㄇㄧㄢˋ ㄕㄡˋ ㄒㄧㄣ **rén miàn shòu xīn**	人面獸心 人面兽心	Mặt người dạ thú	**174**
175	ㄖㄨㄥˊ ㄏㄨㄚˊ ㄈㄨˋ ㄍㄨㄟˋ **róng huá fù guì**	榮華富貴 荣华富贵	Vinh hoa phú quý	**175**
176	ㄖㄨˊ ㄎㄨˇ ㄏㄢˊ ㄒㄧㄣ **rú kǔ hán xīn**	茹苦含辛	Ngậm đắng nuốt cay	**176**
177	ㄖㄨˊ ㄌㄟˊ ㄍㄨㄢˋ ㄦˇ **rú léi guàn ěr**	如雷貫耳 如雷贯耳	Sét đánh ngang tai	**177**
178	ㄖㄨˊ ㄧㄥˇ ㄙㄨㄟˊ ㄒㄧㄥˊ **rú yǐng suí xíng**	如影隨形 如影随形	Như hình với bóng	**178**
179	ㄖㄨˋ ㄒㄧㄤ ㄙㄨㄟˊ ㄙㄨˊ **rù xiāng suí sú**	入鄉隨俗 入乡随俗	Nhập gia tùy tục	**179**
180	ㄙㄢ ㄘㄨㄥˊ ㄙˋ ㄉㄜˊ **sān cóng sì dé**	三從四德 三从四德	Tam tòng tứ đức	**180**

順序	中文成語注音符號 漢語拼音	成語繁體字 與簡體字	越南語成語	頁碼
181	ㄙㄢ ㄊㄡˊ ㄌㄧㄡˋ ㄅㄧˋ **sān tóu liù bì**	三頭六臂 三头六臂	Ba đầu sáu tay	**181**
182	ㄙㄞˋ ㄨㄥ ㄕ ㄇㄚˇ **sài wēng shī mǎ**	塞翁失馬 塞翁失马	Tái ông thất mã	**182**
183	ㄙˇ ㄑㄩˋ ㄏㄨㄛˊ ㄌㄞˊ **sǐ qù huó lái**	死去活來 死去活来	Chết đi sống lại	**183**
184	ㄙˋ ㄇㄧㄢˋ ㄅㄚ ㄈㄤ **sì miàn bā fāng**	四面八方	Bốn phương tám hướng	**184**
185	ㄙˋ ㄈㄣ ㄨˇ ㄌㄧㄝˋ **sì fēn wǔ liè**	四分五裂	Chia năm xẻ bảy	**185**
186	ㄙㄨㄟˊ ㄐㄧ ㄧㄥˋ ㄅㄧㄢˋ **suí jī yìng biàn**	隨機應變 随机应变	Tùy cơ ứng biến	**186**
187	ㄕㄚ ㄑㄧˋ ㄊㄥˊ ㄊㄥˊ **shā qì téng téng**	殺氣騰騰 杀气腾腾	Sát khí đằng đằng	**187**
188	ㄕㄢ ㄑㄧㄥ ㄕㄨㄟˇ ㄒㄧㄡˋ **shān qīng shuǐ xiù**	山清水秀	Non xanh nước biếc	**188**
189	ㄕㄢ ㄓㄣ ㄏㄞˇ ㄨㄟˋ **shān zhēn hǎi wèi**	山珍海味	Sơn hào hải vị	**189**
190	ㄕㄜˇ ㄐㄧˇ ㄐㄧㄡˋ ㄖㄣˊ **shě jǐ jiù rén**	捨己救人	Xả thân cứu người	**190**
191	ㄕㄣ ㄅㄞˋ ㄇㄧㄥˊ ㄌㄧㄝˋ **shēn bài míng liè**	身敗名裂 身败名裂	Thân bại danh liệt	**191**
192	ㄕㄣˊ ㄊㄨㄥ ㄍㄨㄤˇ ㄉㄚˋ **shén tōng guǎng dà**	神通廣大 神通广大	Thần thông quảng đại	**192**
193	ㄕㄥ ㄉㄨㄥ ㄐㄧˊ ㄒㄧ **shēng dōng jí xī**	聲東擊西 声东击西	Dương đông kích tây	**193**
194	ㄕㄥ ㄌㄧˊ ㄙˇ ㄅㄧㄝˊ **shēng lí sǐ bié**	生離死別 生离死别	Sinh li tử biệt	**194**
195	ㄕˊ ㄇㄧㄢˋ ㄇㄞˊ ㄈㄨˊ **shí miàn mái fú**	十面埋伏	Thập diện mai phục	**195**

順序	中文成語注音符號 漢語拼音	成語繁體字 與簡體字	越南語成語	頁碼
196	ㄕˊ ㄑㄩㄢˊ ㄕˊ ㄇㄟˇ **shí quán shí měi**	十全十美	Thập toàn thập mỹ	**196**
197	ㄕˊ ㄕˋ ㄑㄧㄡˊ ㄕˋ **shí shì qiú shì**	實事求是 实事求是	Thực sự cầu thị	**197**
198	ㄕˇ ㄓㄨㄥ ㄖㄨˊ ㄧ **shǐ zhōng rú yī**	始終如一 始终如一	Trước sau như một	**198**
199	ㄕˋ ㄅㄨˊ ㄍㄨㄛˋ ㄙㄢ **shì bú guò sān**	事不過三 事不过三	Quá tam ba bận	**199**
200	ㄕˋ ㄗㄞˋ ㄖㄣˊ ㄨㄟˊ **shì zài rén wéi**	事在人為 事在人为	Muôn sự tại người	**200**
201	ㄕㄨˋ ㄕㄡˇ ㄉㄞˋ ㄅㄧˋ **shù shǒu dài bì**	束手待斃 束手待毙	Khoanh tay chờ chết	**201**
202	ㄕㄨㄟˇ ㄉㄧ ㄕˊ ㄔㄨㄢ **shuǐ dī shí chuān**	水滴石穿	Nước chảy đá mòn	**202**
203	ㄕㄨㄣˋ ㄕㄨㄟˇ ㄊㄨㄟ ㄓㄡ **shùn shuǐ tuī zhōu**	順水推舟 顺水推舟	Thuận nước giong thuyền	**203**
204	ㄊㄢ ㄍㄨㄢ ㄨ ㄌㄧˋ **tān guān wū lì**	貪官汙吏 贪官污吏	Tham quan ô lại	**204**
205	ㄊㄢ ㄒㄧㄠˇ ㄕ ㄉㄚˋ **tān xiǎo shī dà**	貪小失大 贪小失大	Tham bát bỏ mâm	**205**
206	ㄊㄢ ㄕㄥ ㄆㄚˋ ㄙˇ **tān shēng pà sǐ**	貪生怕死 贪生怕死	Tham sống sợ chết	**206**
207	ㄊㄤˊ ㄊㄤˊ ㄓㄥˋ ㄓㄥˋ **táng táng zhèng zhèng**	堂堂正正	Đường đường chính chính	**207**
208	ㄊㄠ ㄊㄠ ㄅㄨˋ ㄐㄩㄝˊ **tāo tāo bù jué**	滔滔不絕 滔滔不绝	Thao thao bất tuyệt	**208**
209	ㄊㄠ ㄊㄧㄢ ㄉㄚˋ ㄗㄨㄟˋ **tāo tiān dà zuì**	滔天大罪	Tội ác tày trời	**209**
210	ㄊㄥˊ ㄩㄣˊ ㄐㄧㄚˋ ㄨˋ **téng yún jià wù**	騰雲駕霧 腾云驾雾	Đi mây về gió	**210**

順序	中文成語注音符號 漢語拼音	成語繁體字 與簡體字	越南語成語	頁碼
211	ㄊㄧㄢ ㄔㄤˊ ㄉㄧˋ ㄐㄧㄡˇ **tiān cháng dì jiǔ**	天長地久 天长地久	Thiên trường địa cửu	**211**
212	ㄊㄧㄢ ㄍㄠ ㄉㄧˋ ㄏㄡˋ **tiān gāo dì hòu**	天高地厚	Trời cao đất dày	**212**
213	ㄊㄧㄢ ㄈㄢ ㄉㄧˋ ㄈㄨˋ **tiān fān dì fù**	天翻地覆	Long trời lở đất	**213**
214	ㄊㄧㄢ ㄌㄨㄛˊ ㄉㄧˋ ㄨㄤˇ **tiān luó dì wǎng**	天羅地網 天罗地网	Thiên la địa võng	**214**
215	ㄊㄧㄢ ㄧㄚˊ ㄏㄞˇ ㄐㄧㄠ **tiān yá hǎi jiāo**	天涯海角	Chân trời góc biển	**215**
216	ㄊㄧㄢ ㄓㄨ ㄉㄧˋ ㄇㄧㄝˋ **tiān zhū dì miè**	天誅地滅 天诛地火	Trời chu đất diệt	**216**
217	ㄊㄧㄢ ㄗㄨㄛˋ ㄓ ㄏㄜˊ **tiān zuò zhī hé**	天作之合	Thiên tác chi hợp	**217**
218	ㄊㄧㄢˊ ㄧㄢˊ ㄇㄧˋ ㄩˇ **tián yán mì yǔ**	甜言蜜語 甜言蜜语	Lời ngon tiếng ngọt	**218**
219	ㄊㄨㄥ ㄑㄧㄥˊ ㄉㄚˊ ㄌㄧˇ **tōng qíng dá lǐ**	通情達理 通情达理	Thấu tình đạt lý	**219**
220	ㄊㄨㄥˊ ㄔㄨㄤˊ ㄧˋ ㄇㄥˋ **tóng chuáng yì mèng**	同床異夢 同床异梦	Đồng sàng dị mộng	**220**
221	ㄊㄨㄥˊ ㄓㄡ ㄍㄨㄥˋ ㄐㄧˋ **tóng zhōu gòng jì**	同舟共濟 同舟共济	Cùng hội cùng thuyền	**221**
222	ㄊㄨㄥˊ ㄍㄢ ㄍㄨㄥˋ ㄎㄨˇ **tóng gān gòng kǔ**	同甘共苦	Đồng cam cộng khổ	**222**
223	ㄊㄨㄥˊ ㄒㄧㄣ ㄒㄧㄝˊ ㄌㄧˋ **tóng xīn xié lì**	同心協力 同心协力	Đồng tâm hiệp lực	**223**
224	ㄊㄨˊ ㄌㄠˊ ㄨˊ ㄧˋ **tú láo wú yì**	徒勞無益 徒劳无益	Phí công vô ích	**224**
225	ㄨㄢˋ ㄅㄨˋ ㄉㄜˊ ㄧˇ **wàn bù dé yǐ**	萬不得已 万不得已	Vạn bất đắc dĩ	**225**

順序	中文成語注音符號 漢語拼音	成語繁體字 與簡體字	越南語成語	頁碼
226	ㄨㄢˋ ㄕˋ ㄖㄨˊ ㄧˋ **wàn shì rú yì**	萬事如意 万事如意	Vạn sự như ý	**226**
227	ㄨㄤˊ ㄧㄤˊ ㄅㄨˇ ㄌㄠˊ **wáng yáng bǔ láo**	亡羊補牢 亡羊补牢	Mất bò mới lo làm chuồng	**227**
228	ㄨㄤˋ ㄣ ㄈㄨˋ ㄧˋ **wàng ēn fù yì**	忘恩負義 忘恩负义	Vong ân bội nghĩa	**228**
229	ㄨㄟ ㄈㄥ ㄌㄧㄣˇ ㄌㄧㄣˇ **wēi fēng lǐn lǐn**	威風凜凜 威风凛凛	Oai phong lẫm liệt	**229**
230	ㄨㄣ ㄍㄨˋ ㄓ ㄒㄧㄣ **wēn gù zhī xīn**	溫故知新 温故知新	Ôn cố tri tân	**230**
231	ㄨㄣˊ ㄨˇ ㄕㄨㄤ ㄑㄩㄢˊ **wén wǔ shuāng quán**	文武雙全 文武双全	Văn võ song toàn	**231**
232	ㄨㄛˋ ㄏㄨˇ ㄘㄤˊ ㄌㄨㄥˊ **wò hǔ cáng lóng**	臥虎藏龍 卧虎藏龙	Ngọa hổ tàng long	**232**
233	ㄨㄛˋ ㄒㄧㄣ ㄔㄤˊ ㄉㄢˇ **wò xīn cháng dǎn**	臥薪嘗膽 卧薪尝胆	Nằm gai nếm mật	**233**
234	ㄨˊ ㄑㄩㄥˊ ㄨˊ ㄐㄧㄣˋ **wú qióng wú jìn**	無窮無盡 无穷无尽	Vô cùng vô tận	**234**
235	ㄨˊ ㄩㄢˊ ㄨˊ ㄍㄨˋ **wú yuán wú gù**	無緣無故 无缘无故	Vô duyên vô cớ	**235**
236	ㄨˊ ㄇㄧㄥˊ ㄒㄧㄠˇ ㄗㄨˊ **wú míng xiǎo zú**	無名小卒 无名小卒	Vô danh tiểu tốt	**236**
237	ㄨˊ ㄓㄨㄥ ㄕㄥ ㄧㄡˇ **wú zhōng shēng yǒu**	無中生有 无中生有	Ăn không nói có	**237**
238	ㄨˋ ㄏㄨㄢˋ ㄒㄧㄥ ㄧˊ **wù huàn xīng yí**	物換星移 物换星移	Vật đổi sao dời	**238**
239	ㄒㄧˇ ㄒㄧㄣ ㄧㄢˋ ㄐㄧㄡˋ **xǐ xīn yàn jiù**	喜新厭舊 喜新厌旧	Có mới nới cũ	**239**
240	ㄒㄧㄚˊ ㄌㄨˋ ㄒㄧㄤ ㄈㄥˊ **xiá lù xiāng féng**	狹路相逢 狭路相逢	Oan gia ngõ hẹp	**240**

順序	中文成語注音符號 漢語拼音	成語繁體字 與簡體字	越南語成語	頁碼
241	ㄒㄧㄢ ㄓㄢˇ ㄏㄡˋ ㄗㄡˋ **xiān zhǎn hòu zòu**	先斬後奏 先斩后奏	Tiền trảm hậu tấu	**241**
242	ㄒㄧㄤ ㄑㄧㄣ ㄒㄧㄤ ㄞˋ **xiāng qīn xiāng ài**	相親相愛 相亲相爱	Tương thân tương ái	**242**
243	ㄒㄧㄠˇ ㄊㄧˊ ㄉㄚˋ ㄗㄨㄛˋ **xiǎo tí dà zuò**	小題大作 小题大做	Chuyện bé xé ra to	**243**
244	ㄒㄧㄣ ㄈㄨˊ ㄎㄡˇ ㄈㄨˊ **xīn fú kǒu fú**	心服口服	Tâm phục khẩu phục	**244**
245	ㄒㄧㄣ ㄖㄨˊ ㄉㄠ ㄍㄜ **xīn rú dāo gē**	心如刀割	Lòng đau như cắt	**245**
246	ㄒㄩㄥ ㄉㄨㄛ ㄐㄧˊ ㄕㄠˇ **xiōng duō jí shǎo**	凶多吉少	Lành ít dữ nhiều	**246**
247	ㄧㄢ ㄒㄧㄠ ㄩㄣˊ ㄙㄢˋ **yān xiāo yún sàn**	煙消雲散 烟消云散	Tan thành mây khói	**247**
248	ㄧㄢˇ ㄇㄧㄥˊ ㄕㄡˇ ㄎㄨㄞˋ **yǎn míng shǒu kuài**	眼明手快	Nhanh mắt nhanh tay	**248**
249	ㄧㄢˇ ㄌㄟˋ ㄨㄤ ㄨㄤ **yǎn lèi wāng wāng**	眼淚汪汪 眼泪汪汪	Nước mắt lưng tròng	**249**
250	ㄧㄤˊ ㄧㄤˊ ㄉㄜˊ ㄧˋ **yáng yáng dé yì**	洋洋得意	Dương dương đắc ý	**250**
251	ㄧㄤˊ ㄖㄨˋ ㄏㄨˇ ㄎㄡˇ **yáng rù hǔ kǒu**	羊入虎口	Dê chui miệng cọp	**251**
252	ㄧㄠˇ ㄊㄧㄠˇ ㄕㄨˊ ㄋㄩˇ **yǎo tiǎo shú nǚ**	窈窕淑女	Yểu điệu thục nữ	**252**
253	ㄧㄠˋ ㄨˇ ㄧㄤˊ ㄨㄟ **yào wǔ yáng wēi**	耀武揚威 耀武扬威	Diễu võ dương oai	**253**
254	ㄧㄝˋ ㄌㄨㄛˋ ㄍㄨㄟ ㄍㄣ **yè luò guī gēn**	葉落歸根 叶落归根	Lá rụng về cội	**254**
255	ㄩㄥˋ ㄨˇ ㄓ ㄉㄧˋ **yòng wǔ zhī dì**	用武之地	Có đất dụng võ	**255**

順序	中文成語注音符號 漢語拼音	成語繁體字 與簡體字	越南語成語	頁碼
256	ㄧㄡ ㄒㄧㄣ ㄖㄨˊ ㄈㄣˊ yōu xīn rú fén	憂心如焚 忧心如焚	Lòng như lửa đốt	256
257	ㄧㄡˇ ㄊㄧㄠˊ ㄧㄡˇ ㄌㄧˇ yǒu tiáo yǒu lǐ	有條有理 有条有理	Có tình có lí	257
258	ㄧㄡˇ ㄇㄧㄥˊ ㄨˊ ㄕˊ yǒu míng wú shí	有名無實 有名无实	Hữu danh vô thực	258
259	ㄧㄡˇ ㄑㄧㄡˊ ㄅㄧˋ ㄧㄥˋ yǒu qiú bì yìng	有求必應 有求必应	Cầu gì được nấy	259
260	ㄧㄡˇ ㄕˇ ㄧㄡˇ ㄓㄨㄥ yǒu shǐ yǒu zhōng	有始有終 有始有终	Có đầu có cuối	260
261	ㄧㄡˇ ㄧㄢˇ ㄨˊ ㄓㄨ yǒu yǎn wú zhū	有眼無珠 有眼无珠	Có mắt như mù	261
262	ㄧㄡˇ ㄓˋ ㄐㄧㄥˋ ㄔㄥˊ yǒu zhì jìng chéng	有志竟成	Có chí thì nên	262
263	ㄧ ㄈㄢˊ ㄈㄥ ㄕㄨㄣˋ yī fán fēng shùn	一帆風順 一帆风顺	Thuận buồm xuôi gió	263
264	ㄧ ㄐㄧㄢˋ ㄕㄨㄤ ㄉㄧㄠ yī jiàn shuāng diāo	一箭雙雕 一箭双雕	Một mũi tên trúng hai đích	264
265	ㄧ ㄐㄩˇ ㄌㄧㄤˇ ㄉㄜˊ yī jǔ liǎng dé	一舉兩得 一举两得	Nhất cử lưỡng tiện	265
266	ㄧ ㄐㄩˇ ㄧ ㄉㄨㄥˋ yī jǔ yī dòng	一舉一動 一举一动	Nhất cử nhất động	266
267	ㄧ ㄌㄨˋ ㄆㄧㄥˊ ㄢ yī lù píng ān	一路平安	Thượng lộ bình an	267
268	ㄧ ㄕㄥ ㄧ ㄕˋ yī shēng yī shì	一生一世	Một đời một kiếp	268
269	ㄧ ㄕㄡˇ ㄓㄜ ㄊㄧㄢ yī shǒu zhē tiān	一手遮天	Một tay che trời	269
270	ㄧ ㄒㄧㄣ ㄧ ㄧˋ yī xīn yī yì	一心一意	Một lòng một dạ	270

順序	中文成語注音符號 漢語拼音	成語繁體字 與簡體字	越南語成語	頁碼
271	ㄧˊㄔㄡˋㄨㄢˋㄋㄧㄢˊ **yí chòu wàn nián**	遺臭萬年 遗臭万年	Tiếng xấu để đời	**271**
272	ㄧˊㄕㄢㄊㄧㄢˊㄏㄞˇ **yí shān tián hǎi**	移山填海	Dời núi lấp biển	**272**
273	ㄧˇㄏㄜˊㄨㄟˊㄍㄨㄟˋ **yǐ hé wéi guì**	以和為貴 以和为贵	Dĩ hòa vi quý	**273**
274	ㄧˇㄉㄨˊㄍㄨㄥㄉㄨˊ **yǐ dú gōng dú**	以毒攻毒	Lấy độc trị độc	**274**
275	ㄧˇㄇㄠˋㄑㄩˇㄖㄣˊ **yǐ mào qǔ rén**	以貌取人	Nhìn mặt bắt hình dong	**275**
276	ㄧㄣˇㄕㄨㄟˇㄙㄩㄢˊ **yǐn shuǐ sī yuán**	飲水思源 饮水思源	Uống nước nhớ nguồn	**276**
277	ㄧˋㄗㄞˋㄧㄢˊㄨㄞˋ **yì zài yán wài**	意在言外	Ý tại ngôn ngoại	**277**
278	ㄧˋㄖㄨˊㄈㄢˇㄓㄤˇ **yì rú fǎn zhǎng**	易如反掌	Dễ như trở bàn tay	**278**
279	ㄧㄣㄇㄡˊㄍㄨㄟˇㄐㄧˋ **yīn móu guǐ jì**	陰謀詭計 阴谋诡计	Âm mưu quỷ kế	**279**
280	ㄧㄣˇㄒㄧㄥˋㄇㄞˊㄇㄧㄥˊ **yǐn xìng mái míng**	隱姓埋名 隐姓埋名	Mai danh ẩn tích	**280**
281	ㄩˋㄙㄨˋㄅㄨˋㄉㄚˊ **yù sù bù dá**	欲速不達 欲速不达	Dục tốc bất đạt	**281**
282	ㄩㄢˇㄗㄡˇㄍㄠㄈㄟ **yuǎn zǒu gāo fēi**	遠走高飛 远走高飞	Cao chạy xa bay	**282**
283	ㄗˋㄍㄠㄗˋㄉㄚˋ **zì gāo zì dà**	自高自大	Tự cao tự đại	**283**
284	ㄗˋㄌㄧˋㄍㄥˋㄕㄥ **zì lì gèng shēng**	自力更生	Tự lực cánh sinh	**284**
285	ㄗˋㄧㄡˊㄗˋㄗㄞˋ **zì yóu zì zài**	自由自在	Tự do tự tại	**285**

順序	中文成語注音符號 漢語拼音	成語繁體字 與簡體字	越南語成語	頁碼
286	ㄗㄡˇㄇㄚˇㄎㄢˋㄏㄨㄚ **zǒu mǎ kàn huā**	走馬看花 走马看花	Cưỡi ngựa xem hoa	**286**
287	ㄗㄨˊㄓˋㄉㄨㄛㄇㄡˊ **zú zhì duō móu**	足智多謀 足智多谋	Túc trí đa mưu	**287**
288	ㄗㄨㄣㄕㄓㄨㄥˋㄉㄠˋ **zūn shī zhòng dào**	尊師重道 尊师重道	Tôn sư trọng đạo	**288**
289	ㄗㄨㄛˋㄌㄧˋㄅㄨˋㄢ **zuò lì bù ān**	坐立不安	Đứng ngồi không yên	**289**
290	ㄗㄨㄛˋㄔㄕㄢㄎㄨㄥ **zuò chī shān kōng**	坐吃山空	Miệng ăn núi lở	**290**
291	ㄗㄨㄛˋㄨㄟㄗㄨㄛˋㄈㄨˊ **zuò wēi zuò fú**	作威作福	Tác oai tác quái	**291**
292	ㄓㄥˋㄖㄣˊㄐㄩㄣㄗˇ **zhèng rén jūn zǐ**	正人君子	Chính nhân quân tử	**292**
293	ㄓㄐㄧˇㄓㄅㄧˇ **zhī jǐ zhī bǐ**	知己知彼	Biết người biết ta	**293**
294	ㄓˇㄕㄡˇㄏㄨㄚˋㄐㄧㄠˇ **zhǐ shǒu huà jiǎo**	指手畫腳 指手画脚	Khua chân múa tay	**294**
295	ㄓˋㄩㄥˇㄕㄨㄤㄑㄩㄢˊ **zhì yǒng shuāng quán**	智勇雙全 智勇双全	Trí dũng song toàn	**295**
296	ㄓㄨㄥㄕㄣㄉㄚˋㄕˋ **zhōng shēn dà shì**	終身大事 终身大事	Chung thân đại sự	**296**
297	ㄓㄨㄥㄧㄢˊㄋㄧˋㄦˇ **zhōng yán nì ěr**	忠言逆耳	Sự thật mất lòng	**297**
298	ㄓㄡㄕㄠˇㄙㄥㄉㄨㄛ **zhōu shǎo sēng duō**	粥少僧多	Mật ít ruồi nhiều	**298**
299	ㄓㄨㄢˇㄅㄞˋㄨㄟˊㄕㄥˋ **zhuǎn bài wéi shèng**	轉敗為勝 转败为胜	Chuyển bại thành thắng	**299**
300	ㄓㄨㄤㄌㄨㄥˊㄗㄨㄛˋㄧㄚˇ **zhuāng lóng zuò yǎ**	裝聾作啞 装聋作哑	Giả câm giả điếc	**300**

安居樂業／安居乐业

ㄢ ㄐㄩ ㄌㄜˋ ㄧㄝˋ／ān jū lè yè

An cư lạc nghiệp

原樣漢越成語

形容生活穩^穩定、工作愉快；先安居才樂業。

Thành ngữ Hán Việt nguyên dạng: ổn định cuộc sống, vui vẻ làm ăn; có an cư mới lạc nghiệp.

例句：

人們無論住在哪裡，都希望能過著**安居樂業**的生活。

Con người dù là ở đâu cũng mong muốn có được một cuộc sống **an cư lạc nghiệp**.

1

安分守己

ㄢ ㄈㄣˋ ㄕㄡˇ ㄐㄧˇ ／ ān fèn shǒu jǐ

An phận thủ thường

越化 漢越 成語	形容安於本分，謹守其身，也指人規矩老實，只做自己分內的 事情。在越南語中，這句成語保留原來的用法，但產生詞素的 變化，即「己」改成「常」，因此其用法另帶有「不知進取」 的貶義。

Thành ngữ Hán Việt đã được Việt hóa: thành ngữ tiếng Trung dùng để miêu tả
những người thật thà, sống đúng với quy tắc, làm những việc đúng bổn phận
của mình. Trong tiếng Việt, câu thành ngữ giữ nguyên ý nghĩa và cách dùng
nhưng thay đổi về bộ phận từ tố, "ki" đổi thành "thường"; Trong một số ngữ
cảnh còn mang hàm ý mỉa mai hoặc chê bai những người chỉ biết an phận,
không có chí tiến thủ hoặc tinh thần cạnh tranh trong cuộc sống hay công việc.

例句 :

南伯父是位**安分守己**的人，他只想要過安穩的日子。

Bác Nam là một người **an phận thủ thường**, bác chỉ muốn sống sao cho yên
ổn là được.

按兵不動／按兵不动

ㄢˋ ㄅㄧㄥ ㄅㄨˊ ㄉㄨㄥˋ ／ àn bīng bú dòng

Án binh bất động

註解：

原樣
漢越
成語

本指暫時停止軍事行動、等待戰機，後用來比喻接受任務但尚未執行，等待形勢的發展。

Thành ngữ Hán Việt nguyên dạng: vốn chỉ việc tạm dừng hành động quân sự, chờ đợi cơ hội chiến đấu. Sau này còn dùng để chỉ người tiếp nhận nhiệm vụ nhưng chưa hành động, đang chờ tình thế.

例句：

這件事仍存在很多未能解決的問題，你們還是暫時先**按兵不動**，再討論討論吧。

Việc này còn tồn tại nhiều vấn đề chưa thể giải quyết, mọi người cứ tạm thời **án binh bất động**, chờ thảo luận thêm đã.

跋山涉水

ㄅㄚˊㄕㄢㄕㄜˋㄕㄨㄟˇ／bá shān shè shuǐ

Trèo đèo lội suối

註解：

越化
漢越
成語

翻山過河，形容走長遠路的艱苦。

Thành ngữ Hán Việt đã được Việt hóa: thành ngữ tiếng Trung chỉ việc băng qua núi qua sông hiểm trở, miêu tả sự gian khổ trên hành trình xa xôi. Trong tiếng Việt, câu thành ngữ giữ nguyên ý nghĩa và cách dùng, nhưng được Việt hóa về âm đọc, đôi khi cũng được dùng trong ngữ cảnh thể hiện tình cảm.

例句：

以前人要辛苦地**跋山涉水**去尋找真愛，而現代人卻喜歡坐在原地去追蹤網路上的愛情。

Người thời xưa phải gian nan vất vả **trèo đèo lội suối** kiếm tìm tình yêu đích thực, người thời nay lại thích ngồi một chỗ để theo đuổi những mối tình trên mạng xã hội.

白手起家

ㄅㄞˊ ㄕㄡˇ ㄑㄧˇ ㄐㄧㄚ／ bái shǒu qǐ jiā

Tay trắng làm nên

| 越化
漢越
成語 | 憑著自己的能力興起家業，不依靠任何人的幫助。 |

Thành ngữ Hán Việt đã được Việt hóa: thành ngữ tiếng Trung nghĩa là dựa vào năng lực của bản thân để xây dựng gia nghiệp, không dựa vào sự giúp đỡ của bất kỳ ai. Trong tiếng Việt, câu thành ngữ giữ nguyên ý nghĩa và cách dùng, nhưng được Việt hóa về âm đọc và từ tố.

例句：

他在一個富裕的家庭中出生與成長，但從二十歲起就一個人**白手起家**，從未依賴父母。

Anh ấy sinh ra và lớn lên trong một gia đình giàu có, nhưng từ năm hai mươi tuổi đã một mình **tay trắng làm nên**, chưa từng dựa dẫm vào cha mẹ.

白頭偕老／白头偕老

ㄅㄞˊ ㄊㄡˊ ㄒㄧㄝˊ ㄌㄠˇ／bái tóu xié lǎo

Đầu bạc răng long

註解：

越化
漢越
成語

指夫妻一起生活到老去、白頭的時候，也說「白頭到老」，常用來當作祝福用語。

Thành ngữ Hán Việt đã được Việt hóa: thành ngữ tiếng Trung chỉ vợ chồng cùng chung sống đến già khi tóc trắng bạc đầu, thường dùng để chúc phúc. Trong tiếng Việt, câu thành ngữ giữ nguyên ý nghĩa và cách dùng, nhưng được Việt hóa về âm đọc, cấu trúc và từ tố.

例句：

戀人彼此相愛時，都會夢想有一天能並肩站在紅毯上，立下**白頭偕老**、一生一世的誓言。

Những cặp đôi khi yêu nhau sâu đậm đều mơ ước đến ngày cùng đứng trên lễ đường, nói lời thề nguyện **đầu bạc răng long**, bên nhau trọn đời.

百發百中／百发百中

ㄅㄞˇㄈㄚㄅㄞˇㄓㄨㄥˋ／bǎi fā bǎi zhòng

Bách phát bách trúng

| 原樣
漢越
成語 | 本指人射擊技藝高超、絕無虛發，後也用來比喻料事如神，所謀皆中。 |

Thành ngữ Hán Việt nguyên dạng: thành ngữ tiếng Trung vốn chỉ những xạ thủ có kỹ năng điêu luyện bắn phát nào trúng phát đấy, sau này dùng để khen ngợi những người làm việc gì cũng đạt kết quả như ý muốn và thành công. Trong tiếng Việt có 2 dạng đồng nghĩa được dùng song song: "bách phát bách trúng" và "trăm phát trăm trúng".

例句：

他料事如神，經常是**百發百中**，因此很受大家信任。

Anh ấy rất được mọi người tin tưởng vì tiên đoán mọi việc như thần, **trăm phát trăm trúng**.

百戰百勝／百战百胜

ㄅㄞˇㄓㄢˋㄅㄞˇㄕㄥˋ／bǎi zhàn bǎi shèng

Bách chiến bách thắng

註解：

| 原樣
漢越
成語 | 形容善戰的人，每次打仗或比賽都獲勝。 |

Thành ngữ Hán Việt nguyên dạng: thành ngữ tiếng Trung chỉ những người thiện chiến, tham gia chiến đấu hay thi đấu thì đều dành phần thắng. Trong tiếng Việt có 2 dạng đồng nghĩa được dùng song song: "bách chiến bách thắng" và "trăm trận trăm thắng".

例句：

他是國家級傑出的運動員，在各比賽中**百戰百勝**，未曾被任何對手擊敗。

Anh ấy là vận động viên kiệt xuất cấp quốc gia, **trăm trận trăm thắng** trên mọi đấu trường, chưa từng bị đối thủ nào đánh bại.

班門弄斧／班门弄斧

ㄅㄢ ㄇㄣˊ ㄋㄨㄥˋ ㄈㄨˇ／bān mén nòng fǔ

Múa rìu qua mắt thợ

註解：

越化 漢越 成語	「班」，即魯班，古代巧匠。「班門弄斧」指在巧匠魯班門前玩弄大斧，比喻在行家面前賣弄本事，不自量力，在一些語境中可作為自謙用法。

Thành ngữ Hán Việt đã được Việt hóa: thành ngữ tiếng Trung vốn dẫn từ câu chuyện kẻ múa rìu khoe mẽ trước cửa nhà người thợ mộc tên là Lỗ Ban, sau này dùng để chỉ những người yếu kém nhưng lại thích thể hiện trước mặt người khác, hoặc trong một số ngữ cảnh, khi tự nói về bản thân mình - thành ngữ này dùng như một cách nói khiêm tốn. Trong tiếng Việt, thành ngữ này giữ nguyên ý nghĩa và cách dùng, nhưng được Việt hóa về âm đọc, cấu trúc, từ tố và số chữ.

例句：

我覺得你在這一行內還是新手，先好好向各位前輩學習，別急著**班門弄斧**。

Tôi thấy trong ngành này bạn vẫn là người mới, hãy chịu khó học hỏi các bậc tiền bối đi đã, đừng vội **múa rìu qua mắt thợ**.

半斤八兩／半斤八两

ㄅㄢˋ ㄐㄧㄣ ㄅㄚ ㄌㄧㄤˇ ／ bàn jīn bā liǎng

Tám lạng nửa cân

註解：

越化
漢越
成語

原為「一個半斤一個八兩」，指輕重相等，後用「半斤八兩」形容彼此不分上下，含貶義。

Thành ngữ Hán Việt đã được Việt hóa: trong đơn vị trọng lượng của tiếng Trung, tám lạng tương đương với nửa cân, về sau câu thành ngữ dùng để chỉ hai bên khó phân cao thấp, nhưng mang hàm ý xấu trong một số ngữ cảnh. Trong tiếng Việt, câu thành ngữ giữ nguyên ý nghĩa và cách dùng, nhưng được Việt hóa về âm đọc. Ngoài ra còn có cách dùng đồng nghĩa song song là "kẻ tám lạng, người nửa cân".

例句：

他們倆，一個過於自私，一個過於自負，每次爭論都沒完沒了，真是**半斤八兩**。

Hai bọn họ, người thì quá ích kỷ, người thì quá tự phụ, mỗi lần tranh luận đều không thể đi đến hồi kết, đúng là **kẻ tám lạng, người nửa cân**.

半信半疑

ㄅㄢˋㄒㄧㄣˋㄅㄢˋㄧˊ／bàn xìn bàn yí

Bán tín bán nghi

註解：

原樣
漢越
成語

表示難以判^断事情的真假，感到又相信又疑惑。

Thành ngữ Hán Việt nguyên dạng: câu thành ngữ biểu thị việc không thể phán đoán độ thật giả của sự việc hiện tượng, cảm giác tin tưởng nghi ngờ lẫn lộn.

例句：

我聽說很多人都曾被他騙過，所以現在他所說的話，總讓我感到**半信半疑**。

Tôi nghe nói nhiều người đã từng bị anh ta lừa rồi nên giờ đây tôi luôn cảm thấy **bán tín bán nghi** trước những lời anh ta nói.

飽食暖衣／饱食暖衣

ㄅㄠˇㄕˊㄋㄨㄢˇㄧ／bǎo shí nuǎn yī

Ăn no mặc ấm

註解：

越化 漢越 成語	吃得飽，穿得暖，形容衣食充足，生活沒有負擔，也說「豐衣食足」、「錦衣玉食」。

Thành ngữ Hán Việt đã được Việt hóa: thành ngữ tiếng Trung nghĩa là có đầy đủ thực phẩm, quần áo để ăn uống, sinh hoạt, miêu tả cuộc sống đầy đủ, không gánh nặng. Trong tiếng Việt, câu thành ngữ giữ nguyên ý nghĩa và cách dùng, nhưng được thay đổi thứ tự từ tố và âm đọc, còn có cách nói đồng nghĩa song song là "ăn ngon mặc đẹp".

例句：

我很珍惜現在的生活，有自己的家庭，親朋好友都健健康康的，不算很富裕，但每天還可以**飽食暖衣**，對我來說這就是幸福。

Tôi rất trân trọng cuộc sống hiện tại, có gia đình của riêng mình, bạn bè người thân đều mạnh khỏe, không hẳn giàu có nhưng mỗi ngày vẫn có thể **ăn no mặc ấm**, đối với tôi thì đó là hạnh phúc.

閉關鎖國／闭关锁国

ㄅㄧˋ ㄍㄨㄢ ㄙㄨㄛˇ ㄍㄨㄛˊ／bì guān suǒ guó

Bế quan tỏa cảng

註解：

| 越化
漢越
成語 | 封閉國家的關口，不與外國交通往^来來。越南語註解中，這句成語有越化用法，將「鎖國」改為「鎖港」，因此可以指更小範圍的封鎖。 |

（越化：*与*與；*来*來；*语*語；*这*這；*将*將；*范*範；*围*圍）

Thành ngữ Hán Việt đã được Việt hóa: thành ngữ tiếng Trung miêu tả việc phong tỏa các cửa khẩu của quốc gia, không giao thông qua lại với nước ngoài. Trong tiếng Việt, câu thành ngữ giữ nguyên ý nghĩa và cách dùng, nhưng thay đổi về bộ phận từ tố, thay "quốc" bằng "cảng", chính vì vậy còn chỉ việc phong tỏa các nơi trong một phạm vi nhỏ hơn so với quốc gia.

例句：

事實上，許多國家執行「**閉關鎖國**」的政策，儘管達到暫時的自衛效果，但往往會在以後留下難以估算的後果。

Trên thực tế, ở nhiều quốc gia, các chính sách "**bế quan toả cảng**" tuy phát huy được hiệu quả tự vệ tạm thời nhưng thường lại để lại hậu quả khôn lường về sau.

博古通今

ㄅㄛˊ ㄍㄨˇ ㄊㄨㄥ ㄐㄧㄣ／ bó gǔ tōng jīn

Bác cổ thông kim

原樣
漢越
成語

註解：

形容通曉古今知識、學問淵博的人。
<small>曉　識　學問淵</small>

Thành ngữ Hán Việt nguyên dạng: câu thành ngữ chỉ những người am hiểu kiến thức cổ kim, học vấn uyên bác.

例句：

他是個**博古通今**的歷史學者，因此年紀輕輕就當上大學教授。
<small>個　歷　紀輕　當</small>

Ông ấy là một vị học giả **bác cổ thông kim** trong lĩnh vực lịch sử nhân loại, nên đã đạt được danh hiệu giáo sư từ rất sớm.

博學多才／博学多才

ㄅㄛˊ ㄒㄩㄝˊ ㄉㄨㄛ ㄘㄞˊ／bó xué duō cái

Học rộng tài cao

註解：

越化 漢越 成語

指人學識淵博，並有多方面的才能。

Thành ngữ Hán Việt đã được Việt hóa: thành ngữ tiếng Trung chỉ người học thức uyên bác, có tài năng về nhiều mặt. Trong tiếng Việt, câu thành ngữ giữ nguyên ý nghĩa và cách dùng, nhưng được Việt hóa về âm đọc và từ tố.

例句：

現在很難找到一位像他這樣**博學多才**的年輕人，我相信他會得到重用的。

Bây giờ rất khó tìm được một người trẻ **học rộng tài cao** như vậy, tôi tin là anh ấy sẽ được trọng dụng.

不分勝負／不分胜负

ㄅㄨˋㄈㄣㄕㄥˋㄈㄨˋ／bù fēn shèng fù

Bất phân thắng bại

註解：

越化
漢越
成語

形容雙方實力皆堅強，難以判斷誰輸誰贏。

Thành ngữ Hán Việt đã được Việt hóa: thành ngữ tiếng Trung chỉ hai bên thực lực đều mạnh, khó có thể phân bì thắng thua. Trong tiếng Việt, câu thành ngữ giữ nguyên ý nghĩa và cách dùng, nhưng được thay đổi về từ tố.

例句：

在那年網球總決賽中，兩位選手連續比了五個多小時仍然**不分勝負**，真是太精采了！

Trong trận chung kết quần vợt năm đó, hai vận động viên đã đấu với nhau suốt năm tiếng đồng hồ mà vẫn **bất phân thắng bại**, thực sự vô cùng hấp dẫn.

不共戴天

ㄅㄨˊ ㄍㄨㄥˋ ㄉㄞˋ ㄊㄧㄢ／ bú gòng dài tiān

Không đội trời chung

註解：

越化
漢越
成語

不願跟仇人生活在同一個天空下，形容仇恨極深。

（愿）　　　　　　　（个）　　　　　（极）

Thành ngữ Hán Việt đã được Việt hóa: thành ngữ tiếng Trung nghĩa là không muốn sống cùng một bầu trời với kẻ thù, chỉ mối hận sâu sắc. Trong tiếng Việt, câu thành ngữ giữ nguyên ý nghĩa và cách dùng, nhưng được Việt hóa về âm đọc.

例句：

這麼多年過去了，那兩大家族間仍有**不共戴天**之仇，難以和解。

（这么）　　（过）　　（两）　　（间）　　　　　　　　　（难）

Đã bao năm trôi qua rồi, giữa hai gia tộc ấy vẫn tồn tại một mối thù **không đội trời chung**, rất khó có thể hòa giải.

不可救藥／不可救药
ㄅㄨˋㄎㄜˇㄐㄧㄡˋㄧㄠˋ／bù kě jiù yào
Vô phương cứu chữa

註解：

越化
漢越
成語

原指嚴重的病無藥可治療，後比喻人或情況處於無可挽救的地步。

Thành ngữ Hán Việt đã được Việt hóa: thành ngữ tiếng Trung chỉ bệnh nặng không có thuốc chữa trị, sau còn dùng để miêu tả người bị lâm vào tình trạng, hoàn cảnh không thể cứu vãn hoặc có những thói quen, tật xấu không thể thay đổi. Trong tiếng Việt, câu thành ngữ giữ nguyên ý nghĩa và cách dùng, nhưng được Việt hóa về âm đọc.

例句：

現在人們時時都要上網玩遊戲、聊天或購物，有些人甚至覺得沒有網路就活不下去了。可以說，上網在無形之中，已經成為現代人一種**不可救藥**的「疾病」了。

Mọi người bây giờ lúc nào cũng lên mạng chơi game, tán gẫu hoặc mua đồ, một số thậm chí cho rằng không sống nổi nếu thiếu mạng Internet. Có thể nói, mê lên mạng vô hình trung đã trở thành một "căn bệnh" **vô phương cứu chữa** của con người thời hiện đại.

不勞而獲／不劳而获

ㄅㄨˋ ㄌㄠˊ ㄦˊ ㄏㄨㄛˋ／bù láo ér huò

Không làm mà hưởng

註解：

越化 漢越 成語

不付出任何勞力卻獲得成果，比喻懶惰、愛享受的人。

Thành ngữ Hán Việt đã được Việt hóa: thành ngữ tiếng Trung chỉ việc không bỏ ra chút công sức nào nhưng lại được hưởng thành quả, chỉ những người lười biếng, thích hưởng thụ. Trong tiếng Việt, câu thành ngữ giữ nguyên ý nghĩa và cách dùng, nhưng được Việt hóa về âm đọc.

例句：

每個人都要為了生存而努力，哪有**不勞而獲**的事情。

Mỗi người đều phải nỗ lực để sinh tồn, đâu có chuyện **không làm mà hưởng**.

不省人事

ㄅㄨˋ ㄒㄧㄥˇ ㄖㄣˊ ㄕˋ／bù xǐng rén shì

Bất tỉnh nhân sự

註解：

原樣
漢越
成語

形容昏迷而失去知覺，也用來比喻不懂得人情世故。現代越南語中，主要依字面上的意思，即前者的釋義使用。

Thành ngữ Hán Việt nguyên dạng: thành ngữ tiếng Trung vốn chỉ người hôn mê bất tỉnh mất đi nhận thức, còn dùng để chỉ những người không hiểu được nhân tình thế thái. Trong tiếng Việt hiện đại, câu thành ngữ này chủ yếu được dùng theo nghĩa đen.

例句：

他經常無緣無故挑釁別人，有次被打到**不省人事**。

Anh ta thường xuyên vô cớ gây sự với người khác, có lần bị đánh đến **bất tỉnh nhân sự**.

不言不語／不言不语

ㄅㄨˋ一ㄢˊㄅㄨˋㄩˇ／bù yán bù yǔ

Chẳng nói chẳng rằng

註解：

越化 漢越 成語

形容不愛說話，總是沉默不語的人。
（愛 说 话　總）

Thành ngữ Hán Việt đã được Việt hóa: thành ngữ tiếng Trung chỉ người trầm mặc, không thích nói chuyện. Trong tiếng Việt, câu thành ngữ giữ nguyên ý nghĩa và cách dùng, nhưng được Việt hóa về âm đọc.

例句：

每到週末，我們全家都會聚在一起熱熱鬧鬧地吃飯聊天，今天不知為何，老么整天一個人關在房間裡**不言不語**，所以大姐開玩笑說，他是不是失戀了呢？
（周　们　会　热闹　饭　为　个 关　间里　开　恋）

Cứ đến cuối tuần là cả nhà sẽ quây quần cùng nhau ăn uống trò chuyện, hôm nay chẳng hiểu vì sao cậu út lại ở lì trong phòng cả ngày một mình **chẳng nói chẳng rằng**, cho nên chị cả nói đùa rằng: có phải là em nó thất tình rồi không?

21

不翼而飛／不翼而飞

ㄅㄨˋ ㄧˋ ㄦˊ ㄈㄟ／bù yì ér fēi

Không cánh mà bay

註解：

| 越化
漢越
成語 |

沒有翅膀卻飛走，形容沒有原因而消失的事物或物品。

Thành ngữ Hán Việt đã được Việt hóa: không có cánh mà lại bay mất, thành ngữ tiếng Trung ẩn dụ những sự vật hoặc đồ vật biến mất mà không có lí do. Trong tiếng Việt, câu thành ngữ giữ nguyên ý nghĩa và cách dùng, nhưng được Việt hóa về âm đọc.

例句：

我上午不小心把錢包忘在教室的桌上，當我回來尋找時，發現裡面的錢已**不翼而飛**了。

Lúc sáng tôi lỡ bỏ quên ví tiền trên bàn học trong lớp, lúc quay lại tìm thì phát hiện số tiền bên trong đã **không cánh mà bay** rồi.

不約而同／不约而同

ㄅㄨˋㄩㄝㄦˊㄊㄨㄥˊ／bù yuē ér tóng

Không hẹn mà gặp

越化
漢越
成語

指彼此事先沒^沒有約定，但意見^見或行動^動卻^卻相同。

Thành ngữ Hán Việt đã được Việt hóa: thành ngữ tiếng Trung chỉ việc không hẹn mà có cùng chung ý kiến hoặc hành động. Trong tiếng Việt, câu thành ngữ giữ nguyên ý nghĩa và cách dùng, nhưng thay đổi về âm đọc.

例句：

我和我最好的朋友**不約而同**都穿了同樣^樣款式的衣服上學^學。

Hôm qua, **không hẹn mà gặp**, tôi và cô bạn thân cùng mặc bộ đồ cùng kiểu đến trường.

才子佳人

ㄘㄞˊ ㄗˇ ㄐㄧㄚ ㄖㄣˊ／cái zǐ jiā rén
Tài tử giai nhân

註解：

原樣
漢越
成語

形容有才華^华的男子和美麗^丽的女子。

Thành ngữ Hán Việt nguyên dạng: câu thành ngữ miêu tả những nam nhân tài hoa và nữ nhân xinh đẹp. Trong tiếng Việt hiện đại còn có cách nói đồng nghĩa song song là "trai tài gái sắc".

例句：

他們倆^{们 俩}是演藝^艺界中天作之合的一對^对**才子佳人**，誰^谁看了都感到羨慕^羡。

Họ là một cặp **tài tử giai nhân** trong giới nghệ sỹ, sinh ra đã dành cho nhau, ai nhìn vào cũng ngưỡng mộ.

措手不及

ㄘㄨㄛˋ ㄕㄡˇ ㄅㄨˋ ㄐㄧˊ／cuò shǒu bù jí

Trở tay không kịp

越化
漢越
成語

形容事情發生得太快，一時不能做出任何反應。

Thành ngữ Hán Việt đã được Việt hóa: thành ngữ tiếng Trung miêu tả sự việc xảy ra quá nhanh, nhất thời không thể phản ứng. Trong tiếng Việt, câu thành ngữ giữ nguyên ý nghĩa và cách dùng, nhưng được thay đổi về âm đọc.

例句：

我們爭論得很激烈時，李小姐突然大哭了起來，使得大家**措手不及**，誰都不敢再發言了。

Đang lúc tranh luận kịch liệt thì cô Lý bỗng khóc òa lên, khiến mọi người **trở tay không kịp**, ai nấy đều im lặng, chẳng dám phát biểu gì thêm.

長生不老／长生不老

ㄔㄤˊ ㄕㄥ ㄅㄨˋ ㄌㄠˇ／cháng shēng bù lǎo

Trường sinh bất lão

註解：

原樣
漢越
成語

形容永遠活著，不會衰老。

Thành ngữ Hán Việt nguyên dạng: thành ngữ tiếng Trung chỉ việc sống mãi, không già. Trong tiếng Việt có 2 dạng đồng nghĩa được dùng song song: "trường sinh bất lão" và "trường sinh bất tử".

例句：

今日的科學家們還在努力製作能讓人們**長生不老**的神藥，但事實證明，這仍是不可能的任務。

Ngày nay, các nhà khoa học vẫn đang nỗ lực tạo ra loại thần dược có thể giúp con người **trường sinh bất lão**, nhưng thực tế minh chứng đây vẫn là nhiệm vụ bất khả thi.

長吁短嘆／长吁短叹

ㄔㄤˊ ㄒㄩ ㄉㄨㄢˇ ㄊㄢˋ／cháng xū duǎn tàn

Thở ngắn than dài

註解：

越化 漢越 成語

指嘆息不已，形容非常憂鬱的心情，也說「短嘆長吁」。

Thành ngữ Hán Việt đã được Việt hóa: thành ngữ tiếng Trung chỉ việc liên tục than thở, miêu tả tâm trạng vô cùng buồn phiền. Trong tiếng Việt, câu thành ngữ giữ nguyên ý nghĩa và cách dùng, nhưng được Việt hóa về âm đọc.

例句：

她就像現實生活中的林黛玉，總是為小小的事情而**長吁短嘆**。

Cô ấy giống như một nàng Lâm Đại Ngọc giữa đời thực, lúc nào cũng **thở ngắn than dài** vì những chuyện nhỏ nhặt.

沉魚落雁／沉鱼落雁

ㄔㄣˊ ㄩˊ ㄌㄨㄛˋ ㄧㄢˋ／chén yú luò yàn

Chim sa cá lặn

註解：

越化 漢越 成語

典出《莊子》，指魚和鳥看到美女時會立刻逃離，後用來形容女子的容貌美麗。

Thành ngữ Hán Việt đã được Việt hóa: điển cố lấy từ "Trang Tử", chim trên trời hay cá dưới sông nhìn thấy cái đẹp cũng phải vội vã ẩn nấp, về sau câu thành ngữ tiếng Trung này được dùng để miêu tả nhan sắc mĩ miều của người con gái. Trong tiếng Việt, câu thành ngữ giữ nguyên ý nghĩa và cách dùng, nhưng được thay đổi về cấu trúc và âm đọc.

例句：

現在的女孩子都過於依賴化妝品及打扮技術，卸了妝便認不出誰是誰了，因此很難找到像前人所說那種**沉魚落雁**的自然之美。

Con gái bây giờ đều phụ thuộc quá nhiều vào dụng cụ và kỹ thuật trang điểm, tẩy trang đi là không nhận ra ai với ai nữa rồi, thế nên rất khó có thể tìm được vẻ đẹp tự nhiên **chim sa cá lặn** như người xưa vẫn nói.

乘風破浪／乘风破浪

イㄥˊ ㄈㄥ ㄆㄛˋ ㄌㄤˋ／chéng fēng pò làng

Cưỡi gió đạp sóng

註解：

越化
漢越
成語

船隻乘著風破浪前進，形容人勇往直前，征服挑戰。

Thành ngữ Hán Việt đã được Việt hóa: thành ngữ tiếng Trung miêu tả con thuyền thuận theo gió mà vượt sóng tiến về phía trước, cũng dùng để ẩn dụ sự dũng cảm đối đầu với khó khăn thử thách của con người. Trong tiếng Việt, câu thành ngữ giữ nguyên ý nghĩa và cách dùng, nhưng được thay đổi về cấu trúc và âm đọc, còn có cách dùng đồng nghĩa song song là "đạp gió rẽ sóng".

例句：

人生就像大海上的一條船，熬過大自然的重重挑戰才能到達彼岸。我們要不斷**乘風破浪**，勇往直前。

Đời người giống như một chiếc thuyền trên biển cả, phải vượt qua biết bao thử thách của thiên nhiên mới có thể đến bờ bên kia. Chúng ta cần không ngừng **cưỡi gió đạp sóng**, dũng cảm tiến về phía trước.

成家立業／成家立业

ㄔㄥˊ ㄐㄧㄚ ㄌㄧˋ ㄧㄝˋ／chéng jiā lì yè

Thành gia lập nghiệp

原樣
漢越
成語

形容組織自己的家庭，建立自己的事業。
（組織）（業）

Thành ngữ Hán Việt nguyên dạng: câu thành ngữ chỉ người xây dựng gia đình và sự nghiệp của riêng mình. Trong tiếng Việt hiện đại còn có cách nói "thành gia lập thất".

例句：

儘管從富裕家庭出生，他仍決定自己努力，三十歲就穩定地**成家立業**。
（盡）（從）（決）（歲）（穩）

Dù xuất thân từ gia đình giàu có, nhưng anh ấy vẫn quyết tâm tự mình nỗ lực, **thành gia lập nghiệp** ổn định ở tuổi 30.

誠心誠意／诚心诚意

ㄔㄥˊ ㄒㄧㄣ ㄔㄥˊ ㄧˋ／chéng xīn chéng yì

Thành tâm thành ý

註解：

原樣
漢越
成語

形容十分忠實(实)、誠(诚)懇(恳)。

Thành ngữ Hán Việt nguyên dạng: câu thành ngữ chỉ người có tấm lòng trung thực, thành khẩn.

例句：

他已經(经)那麼(么)**誠心誠意**地道歉，我想你們(们)應(应)該(该)對(对)他包容一點(点)。

Anh ấy đã **thành tâm thành ý** nói lời xin lỗi, tôi nghĩ mọi người nên bao dung một chút.

31

出口成章

ㄔㄨ ㄎㄡˇ ㄔㄥˊ ㄓㄤ／ chū kǒu chéng zhāng

Xuất khẩu thành chương

註解：

原樣 漢越 成語

說話就像做文章一樣流利順耳，比喻文思敏捷、談吐風雅。
（說话、樣、順、談风）

Thành ngữ Hán Việt nguyên dạng: nói chuyện lưu loát dễ nghe như sáng tác văn chương, thành ngữ miêu tả người có tài ăn nói, tư duy nhanh nhạy.

例句：

她文思敏捷、口才好，隨時都能**出口成章**，真令人佩服！
（隨时）

Cô ấy là một người thông minh và hoạt ngôn, lúc nào cũng có thể **xuất khẩu thành chương**, khiến ai nấy đều thán phục.

出生入死

ㄔㄨ ㄕㄥ ㄖㄨˋ ㄙˇ／ chū shēng rù sǐ

Vào sinh ra tử

越化
漢越
成語

註解：

出自《老子》，原指從出生到老死的人生過程，後用來形容不
顧個人安全，踏入生命危險的環境，多用來讚揚人與人之間的
獻身精神。

Thành ngữ Hán Việt đã được Việt hóa: thành ngữ tiếng Trung gốc từ "Lão
Tử", vốn chỉ quá trình từ lúc sinh ra cho đến lúc về già mất đi của đời người,
sau dùng để miêu tả người không quản đến an toàn của bản thân để đối mặt
với hoàn cảnh nguy hiểm. Đa số dùng để ca ngợi tinh thần hi sinh giữa con
người với nhau. Trong tiếng Việt, câu thành ngữ giữ nguyên ý nghĩa và cách
dùng, nhưng được thay đổi về thứ tự từ tố và âm đọc.

例句：

他們攜手並肩數十年，一起經歷了**出生入死**，至今仍然維持著極深的友
情。

Họ đã cùng nhau trải qua mấy chục năm **vào sinh ra tử** kề vai sát cánh, đến
tận bây giờ vẫn giữ được tình bạn vô cùng bền chặt.

出頭露面／出头露面

彳ㄨ ㄊㄡˊ ㄌㄡˋ ㄇㄧㄢˋ／chū tóu lòu miàn
Xuất đầu lộ diện

註解：

原樣
漢越
成語

指在公開場合出現處理事情，也含出風頭的意思。現代越南語中，主要用來形容最近復出的人。

Thành ngữ Hán Việt nguyên dạng: thành ngữ tiếng Trung chỉ người công khai ra mặt để xử lý sự việc hoặc bao hàm nghĩa muốn thể hiện bản thân trước người khác. Trong tiếng Việt hiện đại, thành ngữ này chủ yếu miêu tả người vốn ẩn dật nay mới xuất hiện trở lại.

例句：

沉寂一段時間後，他今天總算**出頭露面**來解決問題。

Sau một thời gian im lặng thì hôm nay anh ta đã **xuất đầu lộ diện** để giải quyết vấn đề.

穿針引線／穿针引线

イㄨㄢ ㄓㄣ ㄧㄣˇ ㄒㄧㄢˋ／chuān zhēn yǐn xiàn

Dẫn đường chỉ lối

註解：

越化
漢越
成語

常指作為引導、媒介的人，能從中拉攏、撮合。

Thành ngữ Hán Việt đã được Việt hóa: thành ngữ tiếng Trung chỉ người có tài dẫn dắt, biết liên hệ, kết nối từ bên trong. Trong tiếng Việt, câu thành ngữ giữ nguyên ý nghĩa và cách dùng, nhưng thay đổi về âm đọc.

例句：

在我們兩家公司的合作中，他扮演了**穿針引線**這個重要角色。

Lần hợp tác này giữa hai công ty của chúng ta, ông ấy đã đóng vài trò là người **dẫn đường chỉ lối**.

吹毛求疵

ㄔㄨㄟ ㄇㄠˊ ㄑㄧㄡˊ ㄘ／ chuī máo qiú cī

Bới lông tìm vết

註解：

指吹開細毛，仔細地去尋找裡面的小毛病，比喻刻意挑剔並挖出某人或事物的缺點。

Thành ngữ Hán Việt đã được Việt hóa: thành ngữ tiếng Trung chỉ hành động moi móc để tìm ra cái xấu, ẩn dụ việc cố tình bới móc những lỗi sai hoặc khuyết điểm của người hoặc sự vật nào đó. Trong tiếng Việt, câu thành ngữ giữ nguyên ý nghĩa và cách dùng, nhưng được Việt hóa về âm đọc.

例句：

接受批評指教是正常的事情，但如果遇到那些故意**吹毛求疵**的人，真令人生厭。

Bị người khác bình luận là việc bình thường, nhưng nếu gặp phải những kẻ cố tình **bới lông tìm vết** thì thật khiến chúng ta bực mình.

唇亡齒寒／唇亡齿寒

ㄔㄨㄣˊ ㄨㄤˊ ㄔˇ ㄏㄢˊ／chún wáng chǐ hán

Môi hở răng lạnh

註解：

| 越化
漢越
成語 | 指人如果沒(沒)有嘴唇，牙齒會(会)感到寒冷，形容關係(关系)密不可分。 |

Thành ngữ Hán Việt đã được Việt hóa: môi không khép kín sẽ khiến cho gió lùa vào làm răng bị lạnh, thành ngữ tiếng Trung dùng để ẩn dụ về mối quan hệ gắn bó sâu sắc không thể tách rời. Trong tiếng Việt, câu thành ngữ giữ nguyên ý nghĩa và cách dùng, nhưng được thay đổi về từ tố và âm đọc.

例句：

活在困境中才能體會(体)到**唇亡齒寒**彼此相依之人情，我們(们)都要好好珍惜那些日子。

Sống trong khốn khó mới thấu hiểu được tình người **môi hở răng lạnh** đùm bọc lẫn nhau, chúng ta đều phải trân trọng những ngày tháng như vậy.

大慈大悲

ㄉㄚˋ ㄘˊ ㄉㄚˋ ㄅㄟ／dà cí dà bēi

Đại từ đại bi

註解：

佛家用語，原指菩薩慈愛拯救眾生，後用來表示慈愛和憐憫。

Thành ngữ Hán Việt nguyên dạng: thuật ngữ của nhà Phật, vốn chỉ Bồ tát thương xót cứu vớt chúng sinh, sau này dùng để miêu tả lòng tốt và sự trắc ẩn của con người.

例句：

她是一位真正的佛教弟子，常常念經祈求菩薩**大慈大悲**救苦救難，賜給自己和人們幸福健康。

Bà ấy là một Phật tử chân chính, thường xuyên niệm kinh cầu xin Bồ tát **đại từ đại bi** cứu khổ cứu nạn, ban sức khỏe hạnh phúc cho bản thân và mọi người.

大刀闊斧／大刀阔斧

ㄉㄚˋ ㄉㄠ ㄎㄨㄛˋ ㄈㄨˇ／dà dāo kuò fǔ

Đao to búa lớn

註解：

| 越化
漢越
成語 |

大刀、闊斧是兩種兵器，此成語在漢語成語中是形容軍隊聲勢浩大，後用來形容做事果斷、有魄力的人。越南語成語則指愛說大話但沒有行動的人。

Thành ngữ Hán Việt đã được Việt hóa: đao và búa là hai loại binh khí, thành ngữ gốc vốn dung miêu tả khí thế oai hùng của quân binh, về sau dùng để chỉ những người mạnh mẽ, dứt khoát, quyết đoán trong hành động. Trong tiếng Việt, thành ngữ được Việt hóa về âm đọc và ý nghĩa, cách dùng, thường dùng để chỉ những người thích nói hay, nhưng lại không hành động.

例句：

漢：我印象中的你，做事一向**大刀闊斧**，這一次怎麼那麼猶豫不決呢？

Trong ấn tượng của tôi thì anh xưa giờ làm việc đều rất **dứt khoát**, sao lần này lại do dự như vậy nhỉ?

越：Theo như tôi quan sát thì những người cứ thích **đao to búa lớn** thì chẳng mấy khi đạt được thành công.

據我所觀察，**愛說大話**的人很少得到成功。

39

大發雷霆／大发雷霆
ㄉㄚˋㄈㄚㄌㄟˊㄊㄧㄥˊ／dà fā léi tíng
Nổi trận lôi đình

註解：

越化
漢越
成語

指發怒的時^时候，聲^声音大如雷霆，令人恐懼^惧，形容人大發脾氣^气，大聲地責^责罵^骂別^别人。

Thành ngữ Hán Việt đã được Việt hóa: khi nổi giận thì nói to như tiếng sấm, khiến người ta run sợ, thành ngữ tiếng Trung miêu tả người lên cơn tức giận, lớn tiếng chỉ trích người khác. Trong tiếng Việt, câu thành ngữ giữ nguyên ý nghĩa và cách dùng, nhưng được thay đổi về âm đọc và từ tố, và từ tố, còn có cách nói đồng nghĩa song song là "nổi cơn tam bành".

例句：

在這^这家公司工作，最好不要有先斬後^{斩后}奏的舉動^{举动}，否則會^{则会}看到老闆^板**大發雷霆**的嚇^吓人場^场面。

Những nhân viên làm việc trong công ty này tốt nhất không nên gây ra những việc tiền trảm hậu tấu, trừ phi muốn nhìn thấy cảnh tượng sếp lớn **nổi trận lôi đình** vô cùng khủng khiếp.

40

大公無私／大公无私

ㄉㄚˋ ㄍㄨㄥ ㄨˊ ㄙ／ dà gōng wú sī

Chí công vô tư

| 越化
漢越
成語 | 形容不為個人謀私利，做事公正，毫無偏私，也說「至公無私」。 |

Thành ngữ Hán Việt đã được Việt hóa: Câu thành ngữ chỉ người công chính liêm minh, không tư lợi cá nhân. Trong tiếng Việt, câu thành ngữ giữ nguyên ý nghĩa và cách dùng, nhưng thay "đại" bằng "chí".

例句：

國家的領導者要有高尚的道德品質、**大公無私**的做事精神，盡力為人民服務。

Người lãnh đạo quốc gia phải có phẩm chất đạo đức tốt đẹp, tinh thần làm việc **chí công vô tư**, hết lòng vì nhân dân phục vụ.

41

單槍匹馬／单枪匹马

ㄉㄢ ㄑㄧㄤ ㄆㄧ ㄇㄚˇ／dān qiāng pī mǎ

Đơn thương độc mã

註解：

越化
漢越
成語

形容單獨行動，沒有得到任何協助。
（独）（动）（没）　　　　　（协）

Thành ngữ Hán Việt đã được Việt hóa: thành ngữ tiếng Trung chỉ người hành động đơn độc một mình, không có bất kỳ sự hỗ trợ nào. Trong tiếng Việt, câu thành ngữ giữ nguyên ý nghĩa và cách dùng, nhưng được thay đổi về từ tố.

例句：

在這個重視集體力量的社會裡，喜歡**單槍匹馬**做事的人並不會得到人們
（这）（个）（视）（体）　　　（会）（里）（欢）　　　　　　　　　（并）　　　　　（们）
的讚揚，反而有時會被批評得很慘。
（赞扬）　　　（时）　　（评）　（惨）

Trong xã hội đề cao sức mạnh tập thể này, người thích làm việc theo kiểu **đơn thương độc mã** chẳng hề được mọi người khen ngợi, mà có khi còn bị phê bình thậm tệ.

42

德才兼備／德才兼备

ㄉㄜˊ ㄘㄞˊ ㄐㄧㄢ ㄅㄟˋ／dé cái jiān bèi

Tài đức vẹn toàn

註解：

| 越化 漢越 成語 |

指兼備高尚品德與^与出眾^众才能的人。

Thành ngữ Hán Việt đã được Việt hóa: thành ngữ tiếng Trung chỉ người vừa có phẩm chất đạo đức cao đẹp, lại vừa có tài năng xuất chúng. Trong tiếng Việt, câu thành ngữ giữ nguyên ý nghĩa và cách dùng, nhưng được thay đổi về thứ tự và bộ phận âm đọc.

例句：

優秀^优的領導^{领导}者不只要憑藉^凭先天素養^养，還^还要**德才兼備**，方能得到群眾的信賴^赖與^与支持。

Người lãnh đạo ưu tú không chỉ dựa vào tố chất sẵn có, mà còn phải có **tài đức vẹn toàn** thì mới giành được sự tin yêu và ủng hộ của quần chúng.

地廣人稀／地广人稀

ㄉㄧˋ ㄍㄨㄤˇ ㄖㄣˊ ㄒㄧ／dì guǎng rén xī

Đất rộng người thưa

註解：

越化
漢越
成語

指土地<ruby>寬<rt>宽</rt></ruby><ruby>闊<rt>阔</rt></ruby>，但人口稀少的地方。

Thành ngữ Hán Việt đã được Việt hóa: thành ngữ tiếng Trung chỉ nơi có đất đai rộng lớn nhưng dân số thì thưa thớt. Trong tiếng Việt, câu thành ngữ giữ nguyên ý nghĩa và cách dùng, nhưng được thay đổi về âm đọc.

例句：

我之前去<ruby>過<rt>过</rt></ruby>台<ruby>東<rt>东</rt></ruby>市旅<ruby>遊<rt>游</rt></ruby>，我<ruby>們<rt>们</rt></ruby>一群姐妹在市中心附近一<ruby>條<rt>条</rt></ruby>寬闊的大<ruby>馬<rt>马</rt></ruby>路上<ruby>騎<rt>骑</rt></ruby><ruby>著<rt>着</rt></ruby><ruby>單<rt>单</rt></ruby><ruby>車<rt>车</rt></ruby>，騎了好<ruby>幾<rt>几</rt></ruby>公里<ruby>還<rt>还</rt></ruby>是看不到幾個人影，真是一個**地廣人稀**而十分美<ruby>麗<rt>丽</rt></ruby>的海<ruby>濱<rt>滨</rt></ruby>城市。

Trước đây tôi từng có lần đến thành phố Đài Đông du lịch, nhóm chị em chúng tôi đạp xe trên một con đường rộng thênh thang ngay gần trung tâm thành phố, suốt mấy cây số vẫn chỉ thấy có vài bóng người, đúng là một thành phố biển **đất rộng người thưa** nhưng vô cùng xinh đẹp.

顛倒黑白／颠倒黑白

ㄉㄧㄢ ㄉㄠˇ ㄏㄟ ㄅㄞˊ／diān dǎo hēi bái

Đổi trắng thay đen

註解：

「黑」與「白」象徵著「真」與「假」，形容混淆真假，以謀騙人。

Thành ngữ Hán Việt đã được Việt hóa: thành ngữ gốc dùng từ "trắng" và "đen", tượng trưng cho thật và giả, chỉ những kẻ cố tình tráo đổi thật giả, dùng mưu lừa gạt người khác. Trong tiếng Việt, câu thành ngữ giữ nguyên ý nghĩa và cách dùng, nhưng được Việt hóa về cấu trúc và âm đọc, thiên về miêu tả hành vi, hành động.

例句：

即使在夢裡我也不敢相信，最好的朋友有一天會利用我的善心做壞事，故意在我背後**顛倒黑白**，破壞幾十年的友情。

Ngay cả trong giấc mơ tôi cũng không thể tin rằng người bạn thân nhất lại có ngày lợi dụng lòng tốt của tôi để làm việc xấu, cố tình **đổi trắng thay đen** sau lưng tôi, phá hoại tình bạn suốt mấy chục năm trời.

45

顛倒是非／颠倒是非

ㄉㄧㄢ ㄉㄠˇ ㄕˋ ㄈㄟ／diān dǎo shì fēi

Thật giả lẫn lộn

註解：

越化
漢越
成語

「是」與「非」即「對」與「錯」，形容歪曲事實，令人難以確認。

Thành ngữ Hán Việt đã được Việt hóa: thành ngữ gốc dùng từ "thị" và "phi", nghĩa là đúng và sai, chỉ sự thật bị làm cho lẫn lộn, khiến người khác không thể phán đoán. Trong tiếng Việt, câu thành ngữ giữ nguyên ý nghĩa và cách dùng, nhưng được Việt hóa về cấu trúc và âm đọc, thiên về miêu tả sự vật, sự việc, hiện tượng.

例句：

現在網路上**顛倒是非**的新聞越來越多，上網族如果不警惕，隨時都可能會發生「鍵盤俠」之間的線上大戰。

Trên mạng Internet bây giờ xuất hiện ngày càng nhiều tin tức **thật giả lẫn lộn**, cư dân mạng nếu không cảnh giác thì bất kỳ lúc nào cũng có thể xảy ra trận chiến online giữa các "anh hùng bàn phím".

調兵遣將／调兵遣将

ㄉㄧㄠˋ ㄅㄧㄥ ㄑㄧㄢˇ ㄐㄧㄤˋ／diào bīng qiǎn jiàng

Điều binh khiển tướng

原樣
漢越
成語

指調遣士兵，派任將領，也形容進行人力、任務的安排配置。

Thành ngữ Hán Việt nguyên dạng: thành ngữ tiếng Trung vốn chỉ việc điều khiển tướng lĩnh, binh sĩ, cũng dùng để miêu tả việc sắp xếp bố trí nhân lực, nhiệm vụ.

例句：

一個集團的領導者要有**調兵遣將**的能力，合理地分派任務，方能得到員工的支持。

Người lãnh đạo một tập đoàn lớn phải có năng lực **điều binh khiển tướng**, phân công nhiệm vụ hợp lý mới nhận được sự ủng hộ của nhân viên.

調虎離山／调虎离山

ㄉㄧㄠˋ ㄏㄨˇ ㄌㄧˊ ㄕㄢ／ diào hǔ lí shān

Điệu hổ ly sơn

原樣
漢越
成語

設法引誘老虎離開山頭。比喻用計謀誘使敵人離開原來的地方，以便趁機行事。

Thành ngữ Hán Việt nguyên dạng: dụ hổ rời núi, câu thành ngữ dùng để ẩn dụ việc dùng chiêu khiến kẻ thù rời khỏi địa bàn rồi nhân cơ hội hành động.

例句：

商場中的競爭十分激烈，經營者應該穩定地維持自己擅長的地盤，以免掉入對手的**調虎離山**之計。

Trong kinh doanh, tính cạnh tranh vốn rất khốc liệt, người kinh doanh nên duy trì địa bàn sở trường của mình một cách vững chắc, tránh mắc kế **điệu hổ ly sơn** của đối thủ.

頂天立地／顶天立地

ㄉㄧㄥˇ ㄊㄧㄢ ㄌㄧˋ ㄉㄧˋ／dǐng tiān lì dì

Đội trời đạp đất

註解：

越化
漢越
成語

頭頂著天空，腳踏著大地，描寫人處事光明磊落，氣宇非凡。

Thành ngữ Hán Việt đã được Việt hóa: đầu đội cả bầu trời, chân đạp xuống mặt đất, thành ngữ tiếng Trung miêu tả hình tượng to lớn, khí khái phi phàm. Trong tiếng Việt, câu thành ngữ giữ nguyên ý nghĩa và cách dùng, nhưng được thay đổi về âm đọc, đôi khi đọc dài ra là: "đầu đội trời, chân đạp đất".

例句：

在這部電影裡面，他扮演的人物是一位**頂天立地**的男子漢大丈夫，可惜他的演技並不是很完美。

Trong bộ phim này, anh ấy đóng vai một trang nam tử hán đại trượng phu, **đầu đội trời chân đạp đất**. Tiếc là kỹ năng diễn xuất của anh ấy chưa thực sự hoàn thiện.

東奔西跑／东奔西跑

ㄉㄨㄥ ㄅㄣ ㄒㄧ ㄆㄠˇ／dōng bēn xī pǎo

Chạy ngược chạy xuôi

越化
漢越
成語

朝東跑、朝西跑，形容到處奔跑，也指為某個目的而四處行動，另說「東奔西走」。

Thành ngữ Hán Việt đã được Việt hóa: thành ngữ tiếng Trung miêu tả hành động chạy đi chạy lại khắp nơi hoặc hoạt động liên tục vì một mục đích gì đó. Trong tiếng Việt, câu thành ngữ giữ nguyên ý nghĩa và cách dùng, nhưng được Việt hóa về cấu trúc và âm đọc và từ tố.

例句：

為了幫孩子治病，他每天為了賺錢**東奔西跑**，我們看了都很心疼，所以決定捐錢給他，希望能幫上一些忙。

Để giúp con chữa bệnh, anh ấy ngày ngày **chạy ngược chạy xuôi** đi kiếm tiền, chúng tôi thấy vậy đều rất thương xót nên quyết định quyên góp cho anh, hi vọng có thể giúp được phần nào.

獨一無二／独一无二

ㄉㄨˊ ㄧ ㄨˊ ㄦˋ／dú yī wú èr

Độc nhất vô nhị

註解：

原樣 漢越 成語

指只有一個，別無其他，比喻優秀出眾的人或獨特的事物。

Thành ngữ Hán Việt nguyên dạng: thành ngữ tiếng Trung miêu tả nhân vật ưu tú kiệt xuất, khó ai so được hoặc sự vật hiện tượng độc đáo, khác biệt so với thông thường. Trong tiếng Việt có 2 dạng đồng nghĩa được dùng song song: "độc nhất vô nhị" và "có một không hai".

例句：

還記得那年二月底，天氣突然變得很熱，但過了幾天，竟下了一場大雪，早晨醒來打開窗戶時，發現四周一片白雪。直至今日，那仍是我一生中見過最**獨一無二**的自然現象。

Còn nhớ cuối tháng Hai năm ấy, thời tiết bỗng trở nên rất nóng, vài ngày sau thì có một trận tuyết lớn, sáng sớm mở cửa sổ thấy xung quanh phủ một màu tuyết trắng. Đến tận bây giờ, đó vẫn là hiện tượng tự nhiên **độc nhất vô nhị** mà tôi từng gặp trong đời.

51

獨立自主／独立自主

ㄉㄨˊ ㄌㄧˋ ㄗˋ ㄓㄨˇ／dú lì zì zhǔ

Độc lập tự chủ

註解：

原樣
漢越
成語

自己作主，不依靠外力或受到外面的影^响響。

Thành ngữ Hán Việt nguyên dạng: chỉ tự mình làm chủ, không dựa dẫm vào người khác hoặc chịu sự ảnh hưởng từ bên ngoài.

例句：

他從小就養成**獨立自主**的個性。

Anh ấy đã phát triển tính cách **độc lập tự chủ** từ khi còn nhỏ.

52

對牛彈琴／对牛弹琴

ㄉㄨㄟˋ ㄋㄧㄡˊ ㄊㄢˊ ㄑㄧㄣˊ／duì niú tán qín

Đàn gảy tai trâu

註解：

越化
漢越
成語

彈琴給牛聽，但牛在吃草，沒注意聽，比喻做事並不在意別人的勸說或建議，也形容不能領會別人講的知識或道理。後用來比喻對不懂道理的人講道理。

Thành ngữ Hán Việt đã được Việt hóa: gảy đàn cho trâu nghe mà trâu chỉ mải ăn cỏ, không thèm đoái hoài, câu thành ngữ tiếng Trung dùng để ẩn dụ người làm việc mà không chịu lắng nghe lời khuyên hoặc ý kiến của người khác, cũng dùng trong trường hợp không hiểu được những gì người khác nói. Trong tiếng Việt, câu thành ngữ giữ nguyên ý nghĩa và cách dùng, nhưng được thay đổi về âm đọc và cấu trúc. Ngoài ra, còn có câu thành ngữ thuần Việt tương đương là "nước đổ đầu vịt" hay "nước đổ lá khoai".

例句：

關於這件事，我覺得他太保守了，再跟他講就像**對牛彈琴**一樣，浪費時間。

Về chuyện này thì tôi thấy anh ta quá bảo thủ, có nói nữa thì vẫn chẳng khác nào **đàn gảy tai trâu**, chỉ lãng phí thời gian.

多才多藝／多才多艺

ㄉㄨㄛ ㄘㄞˊ ㄉㄨㄛ ㄧˋ ／ duō cái duō yì

Đa tài đa nghệ

原樣
漢越
成語

形容人在多方面上兼備才華和技藝。
（备）（华）

Thành ngữ Hán Việt nguyên dạng: câu thành ngữ chỉ người có tài nghệ trên nhiều phương diện.

例句：

他是**多才多藝**的明星，除了演技高超，唱歌跳舞也十分厲害，因此粉絲
（厉）   （丝）
日益增多。

Anh ấy là ngôi sao **đa tài đa nghệ**, ngoài khả năng diễn xuất thì ca hát và khiêu vũ đều vô cùng giỏi, vì vậy càng ngày anh ấy càng có thêm nhiều "fan" hâm mộ.

多愁善感

ㄉㄨㄛ ㄔㄡˊ ㄕㄢˋ ㄍㄢˇ ／ duō chóu shàn gǎn

Đa sầu đa cảm

註解：

越化
漢越
成語

形容感情脆弱的人，容易為某件事而憂愁傷感。
（为 忧 伤）

Thành ngữ Hán Việt đã được Việt hóa: thành ngữ tiếng Trung chỉ người yếu đuối trong tình cảm, dễ cảm thấy buồn sầu thương cảm vì một chuyện gì đó. Trong tiếng Việt, câu thành ngữ giữ nguyên ý nghĩa và cách dùng, nhưng được thay đổi về từ tố.

例句：

很多人讀《紅樓夢》時都喜歡林黛玉，然而我對這個人物一點也不感興趣，我覺得她過於**多愁善感**，連看到花落時也會心痛而流淚。
（读 红楼梦 时 欢 对这个 点 兴 觉 过于 会 泪）

Nhiều người đọc "Hồng Lâu Mộng" đều thích Lâm Đại Ngọc, vậy mà tôi chẳng có một chút hứng thú nào với nhân vật này. Tôi thấy cô ấy quá **đa sầu đa cảm**, nhìn thấy hoa rơi cũng đau lòng đến rơi lệ.

惡有惡報／恶有恶报

ㄜˋ一ㄡˇㄜˋㄅㄠˋ／è yǒu è bào

Ác giả ác báo

註解：

越化
漢越
成語

指人做出惡毒的事情一定會得到不好的報應。

Thành ngữ Hán Việt đã được Việt hóa: thành ngữ tiếng Trung chỉ kẻ làm điều ác độc thì ắt sẽ phải nhận báo ứng. Trong tiếng Việt, câu thành ngữ giữ nguyên ý nghĩa và cách dùng, nhưng được thay đổi bộ phận từ tố.

例句：

人生是公平的，那些不擇手段地去陷害好人的壞人，總有一天會懂得何謂**惡有惡報**，嘗嘗被懲罰的感覺。

Cuộc sống là rất công bằng, những kẻ xấu bất chấp thủ đoạn hãm hại người tốt sẽ có một ngày hiểu được thế nào là **ác giả ác báo**, nếm trải cảm giác bị trừng phạt là ra sao.

恩將仇報／恩将仇报

ㄣ ㄐㄧㄤ ㄔㄡˊ ㄅㄠˋ／ēn jiāng chóu bào

Lấy oán trả ân

註解：

越化
漢越
成語

指受^別別人的恩惠，^却卻以仇恨^来來回報。

Thành ngữ Hán Việt đã được Việt hóa: thành ngữ tiếng Trung chỉ kẻ nhận ân huệ từ người khác nhưng lại dùng thù hận để đáp trả. Trong tiếng Việt, câu thành ngữ giữ nguyên ý nghĩa và cách dùng, nhưng được Việt hóa về cấu trúc và bộ phận âm đọc.

例句：

他小時^时侯住在孤^儿兒院，十^{几岁}幾歲時得到^{领养}領養，可惜^长長大^后後不好好工作而加入黑道，^没沒有好好照^顾顧父母，反而**恩將仇報**，^给給他^{们带}們帶來很多痛苦。

Hồi nhỏ hắn ta sống ở cô nhi viện, hơn mười tuổi thì được nhận nuôi, tiếc là lớn lên không chịu làm việc mà đi vào con đường xã hội đen, không chăm sóc cha mẹ mà còn **lấy oán trả ân**, gây ra bao nỗi đau cho họ.

耳聞目睹／耳闻目睹

ㄦˇ ㄨㄣˊ ㄇㄨˋ ㄉㄨˇ／ěr wén mù dǔ

Mắt thấy tai nghe

越化 漢越 成語

親眼看見，親耳聽到，形容清楚地見證發生的事情。

Thành ngữ Hán Việt đã được Việt hóa: tận mắt nhìn thấy, chính tai nghe thấy, câu thành ngữ tiếng Trung miêu tả chứng kiến rõ ràng một sự việc nào đó xảy ra. Trong tiếng Việt, câu thành ngữ giữ nguyên ý nghĩa và cách dùng, nhưng thay đổi về âm đọc và vị trí từ tố.

例句：

無論如何，我得要**耳聞目睹**才能相信。

Chuyện gì cũng thế, tôi cứ phải **mắt thấy tai nghe** thì mới tin được.

凡夫俗子

ㄈㄢˊㄈㄨㄙㄨˊㄗˇ／fán fū sú zǐ

Phàm phu tục tử

註解：

原樣 漢越 成語

原指未入佛門的人，後泛指普通人，常用來比較於有成就的人。

Thành ngữ Hán Việt nguyên dạng: thành ngữ tiếng Trung vốn chỉ những người chưa theo cửa Phật, sau này dùng để chỉ người bình thường, thường mang ý so sánh với người có nhiều thành tựu.

例句：

那位大學教授講的道理太深了，我們這些**凡夫俗子**也許無法領會其背後真正的含義。

Vị giáo sư đại học ấy giảng giải đạo lý sâu sắc quá, những kẻ **phàm phu tục tử** như chúng tôi có lẽ không thể hiểu hết được hàm ý thực sự phía sau.

返老還童／返老还童

ㄈㄢˇ ㄌㄠˇ ㄏㄨㄢˊ ㄊㄨㄥˊ／fǎn lǎo huán tóng

Cải lão hoàn đồng

註解：

| 越化
漢越
成語 |

從衰老回到青春，形容年老的人仍像年輕人般充滿活力，也說「返老歸童」。

Thành ngữ Hán Việt đã được Việt hóa: từ tuổi già trở về tuổi trẻ, thành ngữ tiếng Trung chỉ người tuy đã về già nhưng vẫn tràn đầy sức sống như thanh niên. Trong tiếng Việt, câu thành ngữ giữ nguyên ý nghĩa và cách dùng, nhưng được thay đổi bộ phận từ tố.

例句：

這位前名模今年已六十多歲了，但外表仍然如此驚人的年輕又美麗，就如**返老還童**。

Cựu siêu mẫu này năm nay đã ngoài 60 tuổi mà vẻ ngoài vẫn trẻ đẹp ngỡ ngàng, cứ như là được **cải lão hoàn đồng** vậy.

放虎歸山／放虎归山

ㄈㄤˋ ㄏㄨˇ ㄍㄨㄟ ㄕㄢ／fàng hǔ guī shān

Thả hổ về rừng

註解：

越化
漢越
成語

把老虎放回山林，比喻放走敵人或壞人，並有可能面臨不良後果。

Thành ngữ Hán Việt đã được Việt hóa: thả hổ trở về với núi rừng, thành ngữ tiếng Trung ẩn dụ việc thả kẻ thù hoặc người xấu về với địa bàn quen thuộc khiến cho bản thân có thể gặp hậu quả khôn lường. Trong tiếng Việt, câu thành ngữ giữ nguyên ý nghĩa và cách dùng, nhưng được thay đổi về âm đọc.

例句：

你當時放他走，簡直是**放虎歸山**，後果肯定難以預料的。

Lúc đó anh để hắn đi, chẳng khác nào **thả hổ về rừng**, hậu quả chắc chắn là khó lường.

風餐露宿／风餐露宿

ㄈㄥ ㄘㄢ ㄌㄨˋ ㄙㄨˋ／fēng cān lù sù

Dãi gió dầm sương

註解：

越化
漢越
成語

在風中吃<ruby>飯<rt>饭</rt></ruby>、在露天<ruby>過<rt>过</rt></ruby>夜，形容野外工作或旅途的<ruby>艱<rt>艰</rt></ruby>苦；越南<ruby>語<rt>语</rt></ruby>中常用<ruby>來<rt>来</rt></ruby>形容<ruby>體<rt>体</rt></ruby>力工作者的辛苦。

Thành ngữ Hán Việt đã được Việt hóa: thành ngữ tiếng Trung chỉ điều kiện làm việc ngoài trời hoặc hành trình du lịch gặp khó khăn gian khổ. Trong tiếng Việt, câu thành ngữ giữ nguyên ý nghĩa và cách dùng, nhưng được thay đổi về từ tố và âm đọc, thường dùng để miêu tả về sự vất vả của người làm lao động chân tay, có cách nói đồng nghĩa song song là "dãi nắng dầm mưa".

例句：

他在一<ruby>個<rt>个</rt></ruby>典型的<ruby>農<rt>农</rt></ruby>民家庭出生，每天看到父母<ruby>兩<rt>两</rt></ruby>人在外**風餐露宿**，很晚才回到家，因此他<ruby>從<rt>从</rt></ruby>小就有<ruby>遠<rt>远</rt></ruby>大的抱<ruby>負<rt>负</rt></ruby>，要<ruby>賺<rt>赚</rt></ruby><ruby>錢<rt>钱</rt></ruby>照<ruby>顧<rt>顾</rt></ruby>家人。

Anh ấy sinh ra trong một gia đình nông dân điển hình, ngày ngày nhìn thấy bố mẹ **dãi gió dầm sương** đến tối mịt mới về đến nhà, nên từ nhỏ anh đã có hoài bão lớn, muốn kiếm thật nhiều tiền để chăm sóc gia đình.

風吹雨打／风吹雨打

ㄈㄥ ㄔㄨㄟ ㄩˇ ㄉㄚˇ ／ fēng chuī yǔ dǎ

Mưa dập gió vùi

註解：

越化
漢越
成語

指花木遭受風雨摧殘，比喻受到外面的磨難和挫折，也說「雨
打風吹」。

Thành ngữ Hán Việt đã được Việt hóa: thành ngữ tiếng Trung vốn chỉ cây
cối hoa lá bị mưa gió vùi dập, cũng ẩn dụ việc gặp phải những trắc trở, khốn
khó từ bên ngoài. Trong tiếng Việt, câu thành ngữ giữ nguyên ý nghĩa và cách
dùng, nhưng được thay đổi về âm đọc.

例句：

結婚二十年，儘管生活已遭受多少次**風吹雨打**，他們倆仍然牽手而過，
幸福在一起。

Kết hôn đã hơn hai mươi năm, dù cuộc sống đã trải qua bao lần **mưa dập gió
vùi** nhưng họ vẫn nắm tay cùng vượt qua và hạnh phúc bên nhau.

風花雪月／风花雪月

ㄈㄥ ㄏㄨㄚ ㄒㄩㄝˇ ㄩㄝˋ／fēng huā xuě yuè

Phong hoa tuyết nguyệt

註解：

原樣
漢越
成語

原指美^丽麗的自然風景，^后後比喻男女之^间間的^欢歡^爱愛之事，也形容在感情中風流不^专專一的人之行^为為，含^贬貶^义義。

Thành ngữ Hán Việt nguyên dạng: thành ngữ tiếng Trung vốn chỉ cảnh vật thiên nhiên đẹp đẽ, sau dùng để ẩn dụ chuyện yêu đương trai gái, cũng miêu tả hành vi của kẻ phong lưu đa tình không chung thủy trong tình cảm.

例句：

我媽媽常^说說不要跟那些天天在外**風花雪月**、不^务務正^业業的男人交往。

Mẹ tôi thường nói không nên qua lại với những người đàn ông ngày ngày chỉ biết **phong hoa tuyết nguyệt**, không màng sự nghiệp.

風流雲散／风流云散

ㄈㄥ ㄌㄧㄡˊ ㄩㄣˊ ㄙㄢˋ／fēng liú yún sàn

Gió thoảng mây trôi

註解：

越化
漢越
成語

像風雲一樣流動飄散，也比喻人生的離別。

Thành ngữ Hán Việt đã được Việt hóa: thành ngữ tiếng Trung chỉ sự vật trôi dạt tiêu tan như gió mây, cũng ẩn dụ sự li tán, li biệt của đời người. Trong tiếng Việt, câu thành ngữ giữ nguyên ý nghĩa và cách dùng, nhưng được thay đổi về âm đọc.

例句：

人生如**風流雲散**，今日還能聚在一起，不知明天各走何方，不如全心全意地活在當下，珍惜今日的每分每秒吧。

Đời người như **gió thoảng mây trôi**, hôm nay còn quây quần bên nhau, ngày mai biết đâu lại mỗi người lại một ngả, chi bằng hãy sống hết mình từng giây từng phút của hiện tại.

65

風平浪靜／风平浪静

ㄈㄥ ㄆㄧㄥˊ ㄌㄤˋ ㄐㄧㄥˋ／fēng píng làng jìng

Sóng yên gió lặng

沒有風浪，形容平靜無事或情勢穩定，也說「風靜浪平」。

Thành ngữ Hán Việt đã được Việt hóa: không có gió, không có sóng, thành ngữ tiếng Trung miêu tả mọi thứ tĩnh lặng bình yên hoặc tình thế ổn định. Trong tiếng Việt, câu thành ngữ giữ nguyên ý nghĩa và cách dùng, nhưng được thay đổi thứ tự từ tố và âm đọc, trong khẩu ngữ thường đổi thành "sóng yên biển lặng".

例句：

俗話說：「忍一時**風平浪靜**，退一步海闊天空」，我們都要學會忍讓，才能在任何生活環境中生存。

Tục ngữ có câu: "Nhẫn một lúc **sóng yên gió lặng**, lùi một bước biển rộng trời cao", chúng ta đều phải học cách nhẫn nại và nhân nhượng mới có thể sinh tồn trong bất kỳ hoàn cảnh sống nào.

風調雨順／风调雨顺
ㄈㄥ ㄊㄧㄠˊ ㄩˇ ㄕㄨㄣˋ／fēng tiáo yǔ shùn
Mưa thuận gió hòa

註解：

越化 漢越 成語

指風雨及時（时），有利於（于）農（农）事，也形容安樂（乐）、太平的景象。

Thành ngữ Hán Việt đã được Việt hóa: thành ngữ tiếng Trung chỉ hiện tượng thời tiết, cụ thể là mưa, gió thuận lợi cho canh tác trồng trọt của nhà nông, cũng miêu tả cảnh tượng an vui, thái bình. Trong tiếng Việt, câu thành ngữ giữ nguyên ý nghĩa và cách dùng, nhưng thay đổi về bộ phận âm đọc.

例句：

農民終（终）年只祈求**風調雨順**，才能豐（丰）收。

Những người nông dân quanh năm chỉ mong cầu trời khấn phật cho **mưa thuận gió hòa**, để có được những vụ mùa bội thu.

改邪歸正／改邪归正

《ㄞˇㄒㄧㄝˊㄍㄨㄟㄓㄥˋ／ gǎi xié guī zhèng

Cải tà quy chính

原樣
漢越
成語

指改正錯誤行為，返回正途。

Thành ngữ Hán Việt nguyên dạng: câu thành ngữ chỉ việc sửa đổi những lỗi lầm để tìm về với con đường chính nghĩa.

例句：

坐了許多年的牢之後，現在的他已完全**改邪歸正**，努力工作，照顧家庭。

Sau nhiều năm tù tội, bây giờ anh ấy đã hoàn toàn **cải tà quy chính**, chăm chỉ làm việc, chăm sóc gia đình.

高樓大廈／高楼大厦

ㄍㄠ ㄌㄡˊ ㄉㄚˋ ㄒㄧㄚˋ／gāo lóu dà shà

Nhà cao cửa rộng

註解：

高大而堂皇的樓房或建築物，也指富裕家庭。

Thành ngữ Hán Việt đã được Việt hóa: tòa nhà hoặc kiến trúc cao, rộng, nguy nga tráng lệ, thành ngữ tiếng Trung chỉ gia đình giàu sang Trong tiếng Việt, câu thành ngữ giữ nguyên ý nghĩa và cách dùng, nhưng được thay đổi về thứ tự từ tố và âm đọc.

例句：

許多風水師指出，**高樓大廈**不一定是好的，房子大但住的人少，反而被視為不吉利。

Theo các chuyên gia phong thủy thì không hẳn cứ **nhà cao cửa rộng** là tốt, nhà rộng mà ít người ở thì được cho là không may mắn.

高瞻遠矚／高瞻远瞩

ㄍㄠ ㄓㄢ ㄩㄢˇ ㄓㄨˋ／ gāo zhān yuǎn zhǔ

Nhìn xa trông rộng

註解：

越化 漢越 成語

「高瞻」指由高處觀看，「遠矚」指注視遠處，形容見識廣
闊、眼光深遠。

Thành ngữ Hán Việt đã được Việt hóa: thành ngữ tiếng Trung chỉ người có hiểu biết, tầm nhìn sâu rộng, có khả năng phán đoán và tính toán. Trong tiếng Việt, câu thành ngữ giữ nguyên ý nghĩa và cách dùng, nhưng được thay đổi về thứ tự từ tố và âm đọc.

例句：

跟懂得**高瞻遠矚**的人做朋友，我們會從他身上學到很多知識，由此擴大眼界，做事也會更加順暢無礙。

Làm bạn với người biết **nhìn xa trông rộng**, ta sẽ học được rất nhiều kiến thức, từ đó mở mang tầm mắt, làm việc cũng sẽ thuận lợi suôn sẻ hơn.

根深蒂固

《ㄍㄣ ㄕㄣ ㄅㄧˋ ㄍㄨˋ／ gēn shēn dì gù

Thâm căn cố đế

註解：

越化
漢越
成語

比喻根基穩定堅固，不容易動搖。

Thành ngữ Hán Việt đã được Việt hóa: "thâm" là sâu, "căn" là rễ, "cố" là vững chắc, "đế" là gốc, thành ngữ tiếng Trung miêu tả những gì đã ăn sâu vào gốc rễ, khó có thể thay đổi. Trong tiếng Việt, câu thành ngữ giữ nguyên ý nghĩa và cách dùng, nhưng được thay đổi về thứ tự từ tố, đôi khi mang hàm nghĩa xấu.

例句：

愛面子是東方人**根深蒂固**的一種病，因此有俗話說：死要面子活受罪。

Sĩ diện là căn bệnh **thâm căn cố đế** của người phương Đông, bởi vậy mà có câu: bệnh sĩ chết trước bệnh tim.

功成名遂

《ㄨㄥ ㄔㄥˊ ㄇㄧㄥˊ ㄙㄨㄟˋ／gōng chéng míng suì

Công thành danh toại

原樣
漢越
成語

原指功業成就了才能得到名聲，後形容功業名聲都已圓滿取得。

Thành ngữ Hán Việt nguyên dạng: thành ngữ tiếng Trung vốn chỉ có thành tựu mới đạt được danh tiếng, về sau miêu tả đạt được kết quả mĩ mãn cả về công danh lẫn sự nghiệp. Trong tiếng Việt, thành ngữ này được dùng chủ yếu theo nghĩa sau.

例句：

經過十年白手起家，他現在已成為一位**功成名遂**、人人敬佩的總經理。

Sau mười năm lập nghiệp từ hai bàn tay trắng, giờ đây anh ấy đã trở thành một tổng giám đốc **công thành danh toại**, được nhiều người kính nể.

狗仗人勢／狗仗人势

《ㄍㄡˇ ㄓㄤˋ ㄖㄣˊ ㄕˋ／ gǒu zhàng rén shì

Chó cậy gần nhà

註解：

越化
漢越
成語

狗倚仗主人的威勢亂(乱)咬人，比喻倚仗權(权)勢或利用條(条)件欺負(负)別人。

Thành ngữ Hán Việt đã được Việt hóa: chó cậy có uy thế của chủ nhân đi cắn người, thành ngữ tiếng Trung ẩn dụ kẻ dựa vào quyền thế hoặc lợi dụng điều kiện thuận lợi đi bắt nạt, ra oai với người khác. Trong tiếng Việt, câu thành ngữ giữ nguyên ý nghĩa và cách dùng, nhưng được thay đổi về âm đọc, từ tố, thường có cách nói dài là "chó cậy gần nhà, gà cậy gần chuồng".

例句：

在這裡(这里)，我們(们)最好不要接近那些**狗仗人勢**到處(处)惹事的人，好好做自己的事就好。

Ở đây chúng ta tốt nhất là không nên tiếp cận với mấy kẻ **chó cậy gần nhà** đi khắp nơi gây chuyện, cứ làm tốt việc của mình là được.

孤兒寡婦／孤儿寡妇

《ㄨ ㄦˊ 《ㄨㄚˇ ㄈㄨˋ／ gū ér guǎ fù
Cô nhi quả phụ

註解：

原樣 漢越 成語	「孤兒」指失去父^親的孩子，「寡婦」指失去丈夫的女人，後 泛指毫^无依靠和保^护的人。

Thành ngữ Hán Việt nguyên dạng: "cô nhi" chỉ đứa trẻ mất cha, "quả phụ" chỉ người phụ nữ mất chồng, câu thành ngữ dùng để nói về tình cảnh của những người mất đi người thân, không nơi nương tựa.

例句：

因^为丈夫前^几年^过世了，她和孩子^们^着**孤兒寡婦**的生活，真^让人心疼。

Vì chồng mất từ vài năm trước, cô ấy và bọn trẻ phải sống cảnh **cô nhi quả phụ**, khiến mọi người thương xót.

骨瘦如柴

ㄍㄨˇ ㄕㄡˋ ㄖㄨˊ ㄔㄞˊ ／ gǔ shòu rú chái

Gầy như que củi

註解：

越化
漢越
成語

瘦到像木柴般的骨頭從身上露出來，形容非常消瘦的人。

Thành ngữ Hán Việt đã được Việt hóa: thành ngữ tiếng Trung miêu tả người gầy đến nỗi xương lộ ra trông khẳng khiu như que củi. Trong tiếng Việt, câu thành ngữ giữ nguyên ý nghĩa và cách dùng, nhưng được thay đổi về âm đọc.

例句：

那位小姐以前身材也好好的，但硬要減肥，結果不幸得了厭食症，現在整個人**骨瘦如柴**，一點活力也沒有。

Cô gái ấy trước đây dáng đẹp lắm, nhưng cứ nhất định muốn giảm cân, kết quả là chẳng may mắc phải bệnh biếng ăn, giờ nhìn cô **gầy như que củi**, không có chút sức sống nào.

光明正大

ㄍㄨㄤ ㄇㄧㄥˊ ㄓㄥˋ ㄉㄚˋ ／ guāng míng zhèng dà

Quang minh chính đại

註解：

原樣
漢越
成語

形容做事誠懇、是非分明、言行一致的人，也說「正大光明」。
現代越南語中用來形容事件和行為公開透明。

Thành ngữ Hán Việt nguyên dạng: thành ngữ tiếng Trung chỉ người làm việc thành khẩn, rõ ràng, lời nói đi đôi với hành động, trong tiếng Hán còn nói là "chính đại quang minh". Trong tiếng Việt hiện đại, câu thành ngữ này còn dùng để miêu tả sự việc, hành động công khai, minh bạch.

例句：

當一個上級領導者，要秉持著一顆**光明正大**之心，方能獲得人民的信任。

Khi làm một lãnh đạo cấp cao, phải giữ được cái tâm **quang minh chính đại** thì mới giành được lòng tin của người dân.

鬼使神差

《ㄨㄟˇㄕˇㄕㄣˊㄔㄞˊ／ guǐ shǐ shén chāi

Ma xui quỷ khiến

註解：

越化
漢越
成語

不知不覺中被鬼神使喚，形容人做事不由自主，被莫名的力量驅使，導致不好的結果。

Thành ngữ Hán Việt đã được Việt hóa: thành ngữ tiếng Trung chỉ người bị quỷ thần xui khiến trong vô thức, ẩn dụ những người hành động hoặc làm việc gì đó không tự chủ, bị thế lực nào đó dẫn dắt, gây ra những hậu quả nghiêm trọng. Trong tiếng Việt, câu thành ngữ giữ nguyên ý nghĩa và cách dùng, nhưng thay đổi về âm đọc và bộ phận từ tố.

例句：

時隔多年，他**鬼使神差**般地回到當初將他驅逐出去的村落。

Sau nhiều năm, **ma xui quỷ khiến** thế nào mà anh ta lại chuyển về chính ngôi làng mà anh ta đã từng bị xua đuổi.

國色天香／国色天香

《ㄨㄛˊ ㄙㄜˋ ㄊㄧㄢ ㄒㄧㄤ／ guó sè tiān xiāng

Quốc sắc thiên hương

註解：

原樣漢越成語

本意形容牡丹花的芬芳和美麗，後用來比喻容貌美麗過人的女子。

Thành ngữ Hán Việt nguyên dạng: thành ngữ tiếng Trung vốn tả mùi hương và vẻ đẹp của hoa mẫu đơn (quốc hoa của Trung Quốc), sau dùng để chỉ người con gái có dung mạo xinh đẹp hơn người. Trong tiếng Việt hiện đại có cách nói khác là "sắc nước hương trời".

例句：

她年輕時可說是一位**國色天香**的佳人，不知有多少追求者。可惜做了幾次整容手術後，原來的容貌變樣不少。

Cô ấy hồi trẻ có thể nói là một giai nhân **quốc sắc thiên hương**, không biết có bao nhiêu người theo đuổi. Tiếc rằng sau vài lần phẫu thuật thẩm mĩ thì dung mạo ngày xưa đã thay đổi đi khá nhiều.

國泰民安／国泰民安

ㄍㄨㄛˊ ㄊㄞˋ ㄇㄧㄣˊ ㄢ／ guó tài mín ān

Quốc thái dân an

註解：

原樣 漢越 成語	國家太平，人民安樂^乐，形容太平盛世。

Thành ngữ Hán Việt nguyên dạng: quốc gia thái bình, nhân dân an lạc, thành ngữ tiếng Trung chỉ thái bình hưng thịnh. Trong tiếng Việt câu này đi liền với đại lễ cầu an của nhà Phật trong các dịp quan trọng.

例句：

每逢佳節^节，這^这座寺廟^庙都會^会舉^举行祈福大會，祈求**國泰民安**，風調雨順^{风调　順}。

Mỗi khi đến dịp lễ tết, ngôi chùa này đều cử hành đại lễ, cầu nguyện cho **quốc thái dân an**, mưa thuận gió hòa.

過河拆橋／过河拆桥

ㄍㄨㄛˋ ㄏㄜˊ ㄔㄞ ㄑㄧㄠˊ ／ guò hé chāi qiáo

Qua cầu rút ván

註解：

越化
漢越
成語

過了河就把橋拆掉，比喻不重舊_旧情，忘恩負義_{负 义}的人。

Thành ngữ Hán Việt đã được Việt hóa: đi qua sông rồi rút ván cầu lại, thành ngữ tiếng Trung ẩn dụ kẻ không trọng tình, vong ân bội nghĩa. Trong tiếng Việt, câu thành ngữ giữ nguyên ý nghĩa và cách dùng, nhưng được thay đổi về từ tố, cấu trúc và âm đọc.

例句：

當了十幾_几年的好姊妹，沒想到妳卻_却為_为了眼前的小利益而**過河拆橋**，損_损害了我和家人的名聲_声，真是令人難_难以置信。

Là chị em thân thiết hơn chục năm trời, không thể ngờ cô lại vì lợi ích nhỏ trước mắt mà **qua cầu rút ván** như vậy, gây tổn hại đến danh dự của tôi và gia đình.

海枯石爛／海枯石烂

ㄏㄞˇㄎㄨㄕˊㄌㄢˋ／hǎi kū shí làn

Sông cạn đá mòn

註解：

越化
漢越
成語

海水乾枯，石頭粉碎，形容變化極大，後用來比喻情感堅定不移，常指永久不變的誓言或深情。

Thành ngữ Hán Việt đã được Việt hóa: sông bị khô cạn, đá bị bào mòn, thành ngữ tiếng Trung miêu tả sự thay đổi vô cùng lớn, sau này câu thành ngữ ẩn dụ sự kiên định, bất biến, thường chỉ lời thề nguyện hoặc mối thâm tình lâu dài bất biến. Trong tiếng Việt, câu thành ngữ giữ nguyên ý nghĩa và cách dùng, nhưng thay đổi về âm đọc.

例句：

浪漫型的女孩子總喜歡聽愛人說「儘管**海枯石爛**，也不能改變他對她的真情」，那麼我就是務實型的女孩了，因為我最喜歡聽的一句話卻是：「餓了嗎？我帶你去吃飯。」

Các cô gái thuộc tuýp lãng mạn luôn thích nghe người yêu nói rằng dù cho **sông cạn đá mòn** cũng chẳng thể thay đổi được tình cảm thực sự của người yêu dành cho mình, nếu vậy thì chắc tôi là tuýp con gái thực dụng rồi, vì tôi chỉ thích nghe câu: "Em đói không, anh đưa em đi ăn nhé!"

海闊天空／海阔天空

ㄏㄞˇ ㄎㄨㄛˋ ㄊㄧㄢ ㄎㄨㄥ／hǎi kuò tiān kōng

Biển rộng trời cao

註解：

越化
漢越
成語

指天地大海遼闊沒有邊際，比喻心胸開闊、心情開朗，或形容無拘無束、漫無邊際的樣子。越南語多用來形容外面世界的寬廣。

Thành ngữ Hán Việt đã được Việt hóa: thành ngữ tiếng Trung miêu tả cảnh vật trời biển mênh mông, yên bình thanh tịnh, cũng chỉ tinh thần tâm trạng vui vẻ, khoáng đạt, không vướng bận. Trong tiếng Việt, câu thành ngữ giữ nguyên ý nghĩa và cách dùng, nhưng được thay đổi về âm đọc, thường thiên về miêu tả thế giới bên ngoài.

例句：

以前我曾經是一個害羞、膽小的人。直到有一天，有個朋友告訴我，外面**海闊天空**，勇敢地走出自己的舒適圈吧！也許就是從那一刻起，全新的我便誕生了。

Trước đây tôi vốn là một người nhút nhát, an phận. Cho đến một ngày, có người bạn nói với tôi rằng ngoài kia **biển rộng trời cao**, hãy dũng cảm bước ra khỏi vùng an toàn của mình đi! Có lẽ tôi đã thay đổi chính mình từ giây phút ấy.

海底撈針／海底捞针

ㄏㄞˇㄉㄧˇㄌㄠㄓㄣ／hǎi dǐ lāo zhēn

Mò kim đáy biển

註解：

越化 漢越 成語

在海底下尋找一根細小的針，形容東西很難找到或事情很難做到。

Thành ngữ Hán Việt đã được Việt hóa: tìm kiếm cây kim nhỏ dưới đáy biển lớn, câu thành ngữ tiếng Trung chỉ những thứ rất khó tìm thấy hoặc những việc rất khó có thể làm được. Trong tiếng Việt, câu thành ngữ giữ nguyên ý nghĩa và cách dùng, nhưng thay đổi về âm đọc.

例句：

要找一個能同時掌握多種語言的畢業生，就像**海底撈針**一樣難。

Tìm được một sinh viên sau khi tốt nghiệp có thể cùng lúc thành thạo nhiều ngoại ngữ thật khó như **mò kim đáy biển**.

海誓山盟

ㄏㄞˇㄕˋㄕㄢㄇㄥˊ／hǎi shì shān méng

Thề non hẹn biển

註解：

越化
漢越
成語

形容戀人之間的誓言如大海和高山一樣穩固永恆。
（恋）（间）　　　　　　　（样 稳）　（恒）

Thành ngữ Hán Việt đã được Việt hóa: thành ngữ tiếng Trung chỉ lời thề hẹn giữa những người yêu nhau bền vững, vĩnh cửu như núi và biển. Trong tiếng Việt, câu thành ngữ giữ nguyên ý nghĩa và cách dùng, nhưng thay đổi về âm đọc.

例句：

剛剛談戀愛的時候，人們總是特別輕易地說出那些**海誓山盟**，但其實要
（刚 谈 恋）　（时）　　（们 总）　（别 轻）　　　　　　　　　（实）
面對生活的種種挑戰後，才能長久地在一起。
（对）　（种）　（战 后）　（长）

Khi mới yêu, con người thường dễ dàng nói ra những lời **thề non hẹn biển**, nhưng để có thể ở bên nhau lâu dài thì họ phải vượt qua rất nhiều thử thách trong cuộc sống.

含血噴人／含血喷人

ㄏㄢˊ ㄒㄧㄝˇ ㄆㄣ ㄖㄣˊ／hán xiě pēn rén

Ngậm máu phun người

註解：

越化
漢越
成語

嘴裡含著血噴人，比喻捏造事實，想方設法去害人。

Thành ngữ Hán Việt đã được Việt hóa: miệng ngậm máu phun vào người khác, thành ngữ tiếng Trung ẩn dụ kẻ cố tình bóp méo sự thật, tìm mọi cách để hại người. Trong tiếng Việt, câu thành ngữ giữ nguyên ý nghĩa và cách dùng, nhưng thay đổi về âm đọc.

例句：

生活中有不少表面上溫柔善良，但心裡面充滿嫉妒的人，這樣的人在面對利益時，便會**含血噴人**，不擇手段地去破壞別人的幸福。

Trong cuộc sống không thiếu gì những kẻ bề ngoài tỏ ra hiền lành lương thiện nhưng bên trong lại ghen ăn tức ở, thấy lợi ích trước mắt thì sẵn sàng **ngậm máu phun người**, bất chấp thủ đoạn đi phá hoại hạnh phúc của người khác.

河東獅吼／河东狮吼

ㄏㄜˊ ㄉㄨㄥ ㄕ ㄏㄡˇ／hé dōng shī hǒu

Sư tử Hà Đông

註解：

越化
漢越
成語

此成語典故來自宋代人陳慥的妻子柳氏常跟丈夫大吵大鬧，詩人蘇軾便在詩中用河東獅吼來描寫她的兇悍，因此常用來比喻潑辣的女人。

Thành ngữ Hán Việt đã được Việt hóa: điển cố thành ngữ kể về cô vợ Liễu Thị thường xuyên lớn tiếng gây sự với anh chồng tên là Trần Tạo, khiến cho nhà thơ nổi tiếng Tô Thức dùng tiếng gầm sư tử của Hà Đông (tên một quận của Trung Quốc thời Tống) để miêu tả sự hung hãn của cô trong thơ của mình, từ đó câu thành ngữ tiếng Trung tượng trưng cho hình ảnh người phụ nữ đanh đá, ghê gớm. Trong tiếng Việt, câu thành ngữ giữ nguyên ý nghĩa, nhưng được thay đổi về từ tố, cấu trúc và từ loại.

例句：

他上次跟朋友喝酒，一回到家就承受了妻子的一場**河東獅吼**之怒，從此再也不敢去喝酒了。

Lần trước anh ta nhậu nhẹt về đến nhà thì bị **sư tử Hà Đông** cho một trận, từ đó là chừa không dám đi nữa.

合情合理

ㄏㄜˊ ㄑㄧㄥˊ ㄏㄜˊ ㄌㄧˇ ／ hé qíng hé lǐ

Hợp tình hợp lý

註解：

原樣
漢越
成語

指合於情理的事情。

Thành ngữ Hán Việt nguyên dạng: câu thành ngữ chỉ những việc phù hợp với đạo lý, trong tiếng Việt có 2 dạng đồng nghĩa được dùng song song: "hợp tình hợp lý" và "có tình có lý".

例句：

對於這件事情，他處理得十分**合情合理**，使得大家都心服口服，沒有任何意見。

Đối với chuyện này thì anh ấy đã xử lý vô cùng **hợp tình hợp lý**, khiến cho mọi người đều tâm phục khẩu phục, không có ý kiến gì.

黑白分明

ㄏㄟ ㄅㄞˊ ㄈㄣ ㄇㄧㄥˊ／hēi bái fēn míng

Trắng đen rõ ràng

註解：

指黑色與白色明顯區分，形容是非善惡分明。

Thành ngữ Hán Việt đã được Việt hóa: thành ngữ tiếng Trung nghĩa đen là chỉ sự vật có màu đen và màu trắng được phân biệt rõ ràng, nghĩa ẩn dụ chỉ ranh giới rõ ràng giữa thị - phi, thiện - ác. Trong tiếng Việt, câu thành ngữ giữ nguyên ý nghĩa và được dùng nhiều theo nghĩa ẩn dụ, nhưng thay đổi về âm đọc, còn có cách nói đồng nghĩa song song là "đen trắng phân minh".

例句：

楊董是一個重視公平、做任何事都**黑白分明**的老闆，全公司的人員都很敬佩他。

Chủ tịch Dương là một ông chủ coi trọng sự công bằng, làm việc gì cũng **trắng đen rõ ràng**, toàn thể nhân viên trong công ty đều kính phục ông.

紅顏薄命／红颜薄命

ㄏㄨㄥˊ ㄧㄢˊ ㄅㄛˊ ㄇㄧㄥˋ／hóng yán bó mìng

Hồng nhan bạc mệnh

註解：

原樣
漢越
成語

「紅顏」指美女，「薄命」指短命，用來比喻命運不好的美人。

Thành ngữ Hán Việt nguyên dạng: "hồng nhan" chỉ người phụ nữ xinh đẹp, "bạc mệnh" nghĩa là đoản mệnh, câu thành ngữ dùng để ẩn dụ về những người phụ nữ đẹp nhưng vận mệnh không được tốt. Trong tiếng Việt còn có cách nói "hồng nhan bạc phận".

例句：

她是一名才貌俱全的女子，曾獲得選美比賽的冠軍，然而才剛滿四十五歲就離開人間，真是**紅顏薄命**，令人心疼。

Cô ấy là người phụ nữ tài sắc vẹn toàn, từng giành được ngôi vị cao nhất trong cuộc thi hoa hậu, nhưng đã mãi ra đi khi vừa bước sang tuổi 45, đúng là **hồng nhan bạc mệnh,** khiến ai nấy đều thương xót.

呼風喚雨／呼风唤雨

ㄏㄨ ㄈㄥ ㄏㄨㄢˋ ㄩˇ／hū fēng huàn yǔ

Hô mưa gọi gió

註解：

越化 漢越 成語

有召喚風雨的法力，比喻人神通廣大、影響力深遠。越南語有
時將其作為貶義，形容表現欲過強的人。

（ 广、响、远、语、时、将、为、贬、义、现、过、强 ）

Thành ngữ Hán Việt đã được Việt hóa: có phép thuật điều khiển được mưa
gió, thành ngữ tiếng Trung ẩn dụ người thần thông quảng đại, có sức ảnh
hưởng lớn với tập thể. Trong tiếng Việt, câu thành ngữ giữ nguyên ý nghĩa
và cách dùng, nhưng được thay đổi về âm đọc, đôi khi cũng mang hàm ý xấu,
miêu tả người thể hiện bản thân một cách thái quá.

例句：

他是國內鼎鼎有名的億萬富翁，多年來在不動產業界**呼風喚雨**，不管誰
聽到他的名字，都會不自覺感到害怕又敬佩。

（ 国、内、亿、万、动、产、业、谁、听、会、觉 ）

Ông ta là tỷ phú nổi tiếng cả nước, bao năm **hô mưa gọi gió** trong giới kinh
doanh bất động sản, ai nghe đến tên cũng cảm thấy vừa e sợ vừa kính nể.

虎頭蛇尾／虎头蛇尾

ㄏㄨˇ ㄊㄡˊ ㄕㄜˊ ㄨㄟˇ／hǔ tóu shé wěi

Đầu voi đuôi chuột

註解：

越化
漢越
成語

頭(头)大如虎，尾小似蛇，形容做事起初聲(声)勢(势)浩大，後來卻無(后 来 却 无)聲無
息，比喻做事有始無終(终)。越南語成(语)語義(义)用法一樣(样)，但「虎」
改成「象」、「蛇」改成「鼠」。

Thành ngữ Hán Việt dã được Việt hóa: đầu to như hổ mà đuôi thì lại nhỏ như
rắn, thành ngữ tiếng Trung ẩn dụ người làm việc lúc đầu thì tốt mà về sau thì
tệ, có đầu mà không có đuôi. Trong tiếng Việt, câu thành ngữ giữ nguyên ý
nghĩa và cách dùng, nhưng được thay đổi về hình tượng, "hổ" đổi thành "voi",
"rắn" đổi thành "chuột".

例句：

我很怕遇到做事**虎頭蛇尾**的人，剛開始時(刚 开 时)看起來聲勢浩大，但最終的成
果卻(却)不怎麼樣(么样)。

Tôi rất sợ gặp phải những người làm việc kiểu **đầu voi đuôi chuột**, lúc mới
làm thì thấy rất hoành tráng nhưng thành phẩm làm ra lại chẳng ra gì.

狐假虎威

ㄏㄨˊㄐㄧㄚˇㄏㄨˇㄨㄟ／ hú jiǎ hǔ wēi

Cáo mượn oai hùm

註解：

越化
漢越
成語

「假」是「借」的意思，狐狸借老虎的威^風來^吓^来嚇退其他野^兽獸，比喻倚仗有^权權者的^势勢力來欺^压壓^别別人。

Thành ngữ Hán Việt đã được Việt hóa: câu thành ngữ tiếng Trung chỉ con cáo mượn uy phong của con hổ để uy hiếp những con vật khác, ẩn dụ kẻ dựa vào thế lực của người có quyền để áp bức người khác. Trong tiếng Việt, câu thành ngữ giữ nguyên ý nghĩa và cách dùng, nhưng thay đổi về âm đọc.

例句：

他^虽雖^说說是^总總^经經理的^儿兒子，但一^点點^实實力都^没沒有，只^会會在同事^们們面前**狐假虎威**。

Anh ta tuy là con trai của tổng giám đốc, nhưng chẳng có chút năng lực gì cả, lúc nào cũng hống hách với các đồng nghiệp, chỉ thích **cáo mượn oai hùm**.

畫餅充飢／画饼充饥

ㄏㄨㄚˋ ㄅㄧㄥˇ ㄔㄨㄥ ㄐㄧ／huà bǐng chōng jī

Đói ăn bánh vẽ

越化
漢越
成語

又說「畫餅解飢」，形容空想、空談無益於實際。

Thành ngữ Hán Việt đã được Việt hóa: thành ngữ tiếng Trung chỉ những lời nói suông hoặc những hành động không thực tế. Trong tiếng Việt, câu thành ngữ giữ nguyên ý nghĩa và cách dùng, nhưng thay đổi về âm đọc và cấu trúc, thường dùng giản lược thành "bánh vẽ".

例句：

他的話聽起來很厲害但並不可信，別讓他給你**畫餅充飢**喔。

Anh ta nói có vẻ hay đấy nhưng không đáng tin đâu, bạn đừng để bị anh ta cho ăn **bánh vẽ** nhé.

回頭是岸／回头是岸

ㄏㄨㄟˊ ㄊㄡˊ ㄕˋ ㄢˋ ／ huí tóu shì àn

Quay đầu là bờ

越化 漢越 成語	佛家用語,指有所覺悟而決心改正,比喻悔過自新或促人向善,常說「苦海無邊,回頭是岸」。

Thành ngữ Hán Việt đã được Việt hóa: dụng ngữ của nhà Phật, giác ngộ chân lí để từ đó quyết tâm sửa sai, thành ngữ tiếng Trung ẩn dụ việc nhận ra sai lầm và làm lại từ đầu. Trong tiếng Việt, câu thành ngữ giữ nguyên ý nghĩa và cách dùng, nhưng thay đổi về âm đọc.

例句：

我相信他本性是善良的,只要懂得**回頭是岸**的道理,就會改過自新,再次得到大家的歡迎。

Tôi tin bản tính của anh ấy là lương thiện, chỉ cần anh ấy hiểu được chân lý **quay đầu là bờ** thì sẽ tự mình sửa chữa để được mọi người đón nhận trở lại.

回心轉意／回心转意

ㄏㄨㄟˊ ㄒㄧㄣ ㄓㄨㄢˇ ㄧˋ／huí xīn zhuǎn yì

Hồi tâm chuyển ý

註解：

| 原樣
漢越
成語 | 「回」、「轉」都是扭轉的意思，指改變心意，大部分指從不
好改成好的方向。 |

Thành ngữ Hán Việt nguyên dạng: "hồi" và "chuyển" đều có nghĩa là sự thay đổi, câu thành ngữ chỉ sự thay đổi về lòng người, đa số từ chiều hướng xấu sang tốt.

例句：

他們倆分手很多年了，但她仍然盲目地等待和期盼那個男人**回心轉意**再回到她身邊的一天。

Họ đã chia tay rất nhiều năm rồi, nhưng cô vẫn mù quáng chờ đợi và mong mỏi một ngày người đàn ông ấy sẽ **hồi tâm chuyển ý** trở về bên cô lần nữa.

魂飛魄散／魂飞魄散

ㄏㄨㄣˊ ㄈㄟ ㄆㄛˋ ㄙㄢˋ／hún fēi pò sàn

Hồn bay phách lạc

註解：

越化
漢越
成語

魂魄都飛散了，形容十分恐懼。

Thành ngữ Hán Việt đã được Việt hóa: hồn phách phi tán khỏi thân xác, thành ngữ tiếng Trung miêu tả nỗi sợ hãi tột cùng. Trong tiếng Việt, câu thành ngữ giữ nguyên ý nghĩa và cách dùng, nhưng được thay đổi về bộ phận âm đọc.

例句：

對任何一個學生而言，考試是最大的噩夢之一。一旦走進了考場，不少考生就嚇得**魂飛魄散**，複習過的知識好像全都忘了。

Là học sinh thì một trong những ác mộng lớn nhất là thi cử. Cứ vào phòng thi là không ít thí sinh cảm thấy **hồn bay phách lạc**, quên hết mọi kiến thức đã ôn tập.

禍不單行／禍不单行
ㄏㄨㄛˋ ㄅㄨˋ ㄉㄢ ㄒㄧㄥˊ／huò bù dān xíng
Họa vô đơn chí

越化 漢越 成語

比喻不幸的事情連續發生。
（连续 发）

Thành ngữ Hán Việt đã được Việt hóa: thành ngữ tiếng Trung chỉ những chuyện đen đủi, bất hạnh liên tục xảy ra. Trong tiếng Việt, câu thành ngữ giữ nguyên ý nghĩa và cách dùng, nhưng thay đổi về bộ phận âm đọc Hán – Việt, thường đi cùng với câu "phúc bất trùng lai".

例句：

我這個月太倒霉了，弄丟了錢包，現在車子也壞掉了，真是**禍不單行**啊。
（这 个 钱 现 车 坏）

Tháng này tôi đen đủi quá, hết làm mất ví tiền, giờ hỏng cả xe nữa, đúng là **họa vô đơn chí**.

後生可畏／后生可畏

ㄏㄡˋㄕㄥㄎㄜˇㄨㄟˋ／hòu shēng kě wèi

Hậu sinh khả úy

比喻優秀的年輕人，成就超越了前輩，令人敬畏。

Thành ngữ Hán Việt nguyên dạng: câu thành ngữ chỉ những người trẻ tuổi ưu tú có thành tựu nổi trội hơn các bậc tiền bối, khiến người ta thán phục.

例句：

現在許多人年紀雖然還小，但已在不同領域上獲得巨大成就，真是**後生可畏**啊！

Hiện nay rất nhiều người dù tuổi còn rất trẻ nhưng đã đạt được thành tích xuất sắc trên các lĩnh vực khác nhau, quả là **hậu sinh khả úy**.

急中生智

ㄐㄧˊ ㄓㄨㄥ ㄕㄥ ㄓˋ ／ jí zhōng shēng zhì

Cái khó ló cái khôn

註解：

越化
漢越
成語

形容在情勢急迫之中突然生出了應變的智謀。

Thành ngữ Hán Việt đã được Việt hóa: thành ngữ tiếng Trung miêu tả giữa tình thế vô cùng cấp bách thì bỗng nhiên nghĩ ra kế sách ứng biến. Trong tiếng Việt, câu thành ngữ giữ nguyên ý nghĩa và cách dùng, nhưng thay đổi về số chữ và âm đọc.

例句：

在舞台上唱歌的時候，他突然忘了歌詞，於是他立刻把麥克風伸向觀眾席，讓大家一起大聲合唱，真是**急中生智**。

Đang hát trên sân khấu thì bỗng quên lời bài hát, anh ấy liền quay micro xuống phía khán giả để cùng đồng thanh hát vang, đúng là trong **cái khó ló cái khôn.**

吉祥如意

ㄐㄧˊㄒㄧㄤˊㄖㄨˊㄧˋ／jí xiáng rú yì

Cát tường như ý

註解：

原樣 漢越 成語

指諸事吉利、順心，如願以償，常用來祝福。

Thành ngữ Hán Việt nguyên dạng: câu thành ngữ chỉ mọi việc may mắn, thuận lợi như ý muốn, thường dùng để chúc tụng. Trong tiếng Việt cũng có cách nói ngược là "như ý cát tường".

例句：

新年快樂！祝大家身體健康、事事**吉祥如意**、家庭幸福美滿。

Chúc mừng năm mới! Chúc mọi người sức khỏe dồi dào, mọi sự **cát tường như ý**, gia đình hạnh phúc viên mãn.

假仁假義／假仁假义

ㄐㄧㄚˇㄖㄣˊㄐㄧㄚˇㄧˋ／jiǎ rén jiǎ yì

Giả nhân giả nghĩa

註解：

原樣
漢越
成語

指表面^裝出仁義，內心毫^无無同情。

指表面裝出仁義，內心毫無同情。

Thành ngữ Hán Việt nguyên dạng: câu thành ngữ chỉ bề ngoài tỏ ra nhân nghĩa, nhưng trong lòng không hề thương cảm.

例句：

現在很多人心情不好的時候都會上網跟陌生人訴苦，相信那些**假仁假義**的安慰話，因此很容易上當，被壞人騙了感情和錢財。

Hiện nay rất nhiều người lúc buồn đều lên mạng trút bầu tâm sự với người lạ, tin vào những lời an ủi **giả nhân giả nghĩa**, thế nên rất dễ mắc bẫy, bị kẻ xấu lừa cả tình lẫn tiền.

見多識廣／见多识广

ㄐㄧㄢˋ ㄉㄨㄛ ㄕˋ ㄍㄨㄤˇ／jiàn duō shì guǎng

Học rộng biết nhiều

註解：

越化
漢越
成語

形容人見聞廣泛、學識淵博。

Thành ngữ Hán Việt đã được Việt hóa: thành ngữ tiếng Trung chỉ người hiểu biết rộng rãi, kiến thức uyên thâm. Trong tiếng Việt, câu thành ngữ giữ nguyên ý nghĩa và cách dùng, nhưng thay đổi về âm đọc và từ tố.

例句：

有人說，去旅遊不等於花錢或消遣，而是使自己在旅程中開闊眼界，成為**見多識廣**的人。

Có người nói, đi du lịch không có nghĩa là tiêu tiền hay tiêu khiển, mà là giúp cho mọi người có thể **học rộng biết nhiều**, mở mang tầm mắt trong hành trình của mình.

將功贖罪／将功赎罪

ㄐㄧㄤ ㄍㄨㄥ ㄕㄨˊ ㄗㄨㄟˋ／jiāng gōng shú zuì
Lấy công chuộc tội

註解：

建立功勛，以抵消所犯的罪過。

Thành ngữ Hán Việt đã được Việt hóa: thành ngữ tiếng Trung nghĩa là lập công để xóa đi tội lỗi từng mắc phải. Trong tiếng Việt, câu thành ngữ giữ nguyên ý nghĩa và cách dùng, nhưng thay đổi về bộ phận âm đọc, cũng có cách nói đồng nghĩa song song là "lập công chuộc tội".

例句：

有能力和責任感的人，就算犯錯了之後，他也會努力找辦法**將功贖罪**，迎回人們的信任。

Người có năng lực và trách nhiệm là người sau khi phạm sai lầm sẽ nỗ lực tìm cách để **lấy công chuộc tội**, giành lại lòng tin của mọi người.

將計就計／将计就计

ㄐㄧㄤ ㄐㄧˋ ㄐㄧㄡˋ ㄐㄧˋ／jiāng jì jiù jì

Tương kế tựu kế

原樣
漢越
成語

利用對方所設的計策反施其計，以達到自己的目的。

Thành ngữ Hán Việt nguyên dạng: câu thành ngữ chỉ việc lợi dụng mưu kế của đối phương để phản đòn, nhằm đạt được mục đích của mình.

例句：

你既然早就知道他會用這一招，為何不**將計就計**呢？

Bạn đã sớm biết anh ta sẽ tung ra chiêu này mà tại sao không **tương kế tựu kế**?

焦頭爛額／焦头烂额

ㄐㄧㄠ ㄊㄡˊ ㄌㄢˋ ㄜˊ／jiāo tóu làn é

Sứt đầu mẻ trán

註解：

| 越化
漢越
成語 |

本形容救火^时時^为為火^烧燒灼得很^严嚴重，^后後用^来來比喻做事陷入十分狼^狈狽的困境。

Thành ngữ Hán Việt đã được Việt hóa: thành ngữ tiếng Trung vốn dùng để miêu tả khi đang cứu hỏa mà ngọn lửa vẫn bùng cháy dữ dội hơn, về sau dùng để ẩn dụ làm việc mà rơi vào tình thế vô cùng khốn khổ. Trong tiếng Việt, câu thành ngữ thay đổi về âm đọc, thường dùng để chỉ xung đột dẫn đến va chạm, xô xát giữa người với người.

例句：

有時候我^们們被生活中的^种種種困^难難弄得**焦頭爛額**，但最後^还還是要^选選^择擇站起身來面^对對一切。

Đôi khi chúng ta sẽ bị những khó khăn trong cuộc sống làm cho "**sứt đầu mẻ trán**", nhưng sau cùng vẫn phải lựa chọn đứng dậy để đối diện với mọi thứ.

捷足先登

ㄐㄧㄝˊ ㄗㄨˊ ㄒㄧㄢ ㄉㄥ／jié zú xiān dēng

Nhanh chân đến trước

越化
漢越
成語

形容行動最快的人先到達目的地或比別人更早達到目標。

Thành ngữ Hán Việt đã được Việt hóa: thành ngữ tiếng Trung chỉ người hành động nhanh nhất thì sẽ đến được đích trước, đạt được mục tiêu sớm hơn người khác. Trong tiếng Việt, câu thành ngữ giữ nguyên ý nghĩa và cách dùng, nhưng thay đổi về âm đọc.

例句：

為了達到目標，你千萬別猶豫不決，要爭取機會，否則將會有人**捷足先登**。

Để đạt được mục tiêu thì không được do dự, phải tranh thủ cơ hội nếu không sẽ có người **nhanh chân đến trước**.

借刀殺人／借刀杀人

ㄐㄧㄝˋ ㄉㄠ ㄕㄚ ㄖㄣˊ／jiè dāo shā rén

Mượn dao giết người

註解：

越化 漢越 成語

借^別人的刀^來來殺人，比喻利用他人而^間間接去害人。

Thành ngữ Hán Việt đã được Việt hóa: mượn dao của người khác để giết người, thành ngữ tiếng Trung ẩn dụ lợi dụng người khác để gián tiếp hại người. Trong tiếng Việt, câu thành ngữ giữ nguyên ý nghĩa và cách dùng, nhưng thay đổi về âm đọc.

例句：

^現現代的生活^裡裡，有不少像^{電視劇}電視劇中那些反派的人，表面上假裝好心^裝^熱熱情，但背^後後^卻卻想方^設設法**借刀殺人**，不^讓讓他人超越自己。

Cuộc sống hiện đại không thiếu những kẻ giống nhân vật phản diện trong phim truyền hình, trước mặt luôn tỏ ra tốt bụng nhiệt tình, nhưng sau lưng lại tìm mọi cách **mượn dao giết người**, không cho ai vượt mặt mình.

金科玉律

ㄐㄧㄣ ㄎㄜ ㄩˋ ㄌㄩˋ／jīn kē yù lǜ

Khuôn vàng thước ngọc

註解：

越化
漢越
成語

本形容法律條文如模具和尺般嚴密，其價值如同黃金和美玉般珍貴，後用來比喻不可變更的信條。

Thành ngữ Hán Việt đã được Việt hóa: thành ngữ tiếng Trung vốn miêu tả luật lệ, quy củ xưa kia vô cùng chuẩn mực như khuôn - thước, giá trị cao quý như vàng - ngọc, về sau thường dùng để ẩn dụ những điều đưa ra là không thể thay đổi. Trong tiếng Việt, câu thành ngữ giữ nguyên ý nghĩa và cách dùng, nhưng thay đổi về bộ phận âm đọc.

例句：

小時候，我們都把大人說的話當成**金科玉律**，後來長大了，才體會到沒有什麼是絕對的正確和不變。

Hồi nhỏ, chúng ta thường coi những điều người lớn nói là **khuôn vàng thước ngọc**, sau này khi lớn lên rồi mới nhận ra không có gì là tuyệt đối chính xác và không thể thay đổi.

金童玉女

ㄐㄧㄣ ㄊㄨㄥˊ ㄩˋ ㄋㄩˇ／jīn tóng yù nǚ

Kim đồng ngọc nữ

註解：

原樣
漢越
成語

原指仙人居住的地方有童男童女服侍，後比喻天真可愛而清秀的男女孩童或青年，也形容十分配對的情侶。

Thành ngữ Hán Việt nguyên dạng: vốn chỉ những đồng nhi hầu việc cho các vị thần tiên trong truyền thuyết, về sau chỉ nam - nữ thiếu nhi hoặc thanh niên dễ thương, thanh tú, nay thường dùng để miêu tả các cặp nam - nữ xứng đôi vừa lứa.

例句：

班上有一對才貌雙全的情侶，是大家公認的**金童玉女**。

Trong lớp có một đôi trai tài gái sắc, luôn được mọi người công nhận là một cặp **kim đồng ngọc nữ**.

金枝玉葉／金枝玉叶

ㄐㄧㄣ ㄓㄩˋ ㄧㄝˋ／jīn zhī yù yè

Lá ngọc cành vàng

註解：

越化
漢越
成語

形容美麗的花木枝葉，舊指皇族子孫，後用來比喻出身高貴或嬌弱的女子。

Thành ngữ Hán Việt đã được Việt hóa: thành ngữ gốc vốn miêu tả vẻ đẹp của lá hoa trên cành, xưa ẩn dụ con cháu vua chúa, về sau dùng để chỉ những người con gái có xuất thân cao quý hoặc mềm yếu, mỏng manh. Trong tiếng Việt, câu thành ngữ giữ nguyên ý nghĩa và cách dùng, nhưng thay đổi về âm đọc và thứ tự.

例句：

他的理想女友是獨立、有個性的女孩子，而不是**金枝玉葉**的大公主，動不動就撒嬌。

Mẫu bạn gái lí tưởng của anh ấy là những cô gái tự lập, có cá tính, chứ không phải kiểu công chúa **lá ngọc cành vàng**, động một chút là giận hờn nhõng nhẽo.

進退兩難／进退两难

ㄐㄧㄣˋ ㄊㄨㄟˋ ㄌㄧㄤˇ ㄋㄢˊ／jìn tuì liǎng nán

Tiến thoái lưỡng nan

註解：

原樣
漢越
成語

不能前進，又不可後退，形容陷入困境而不知所措的情況。

Thành ngữ Hán Việt nguyên dạng: không thể tiến mà cũng chẳng thể lùi, câu thành ngữ chỉ tình huống lâm vào khó khăn mà không biết phải xử lý ra sao.

例句：

疫情日益嚴峻，他不能繼續留在國外，又怕回國過程中不小心被別人傳染病毒，真是**進退兩難**，不知所措。

Tình hình dịch bệnh ngày càng nghiêm trọng, anh ấy không thể tiếp tục ở nước ngoài, nhưng lại sợ không may bị nhiễm bệnh từ người khác trong quá trình về nước, quả thật là **tiến thoái lưỡng nan**, không biết phải làm thế nào.

盡心竭力／尽心竭力
ㄐㄧㄣˋ ㄒㄧㄣ ㄐㄧㄝˊ ㄌㄧˋ／jìn xīn jié lì
Tận tâm tận lực

註解：

形容費^费盡^尽心思、竭盡力氣^气。

Thành ngữ Hán Việt đã được Việt hóa: thành ngữ tiếng Trung miêu tả dốc hết tâm tư, sức lực vào việc gì đó. Trong tiếng Việt, câu thành ngữ giữ nguyên ý nghĩa và cách dùng, nhưng thay đổi về bộ phận từ tố.

例句：

儘管你在這^这次比賽^赛中沒^没有得勝^胜，但你已**盡心竭力**了，你應該^{应该}為^为自己感到驕^骄傲。

Dù không thể chiến thắng trong cuộc thi này nhưng bạn đã **tận tâm tận lực** từ đầu đến cuối, bạn nên tự hào về bản thân.

驚天動地／惊天动地

ㄐㄧㄥ ㄊㄧㄢ ㄉㄨㄥˋ ㄉㄧˋ／jīng tiān dòng dì

Kinh thiên động địa

註解：

原樣 漢越 成語	指聲音很大，也形容驚人的聲勢或規模。在越南語用來形容令人驚訝的行為、事件和謠言等。

Thành ngữ Hán Việt nguyên dạng: thành ngữ tiếng Trung chỉ âm thanh rất lớn, cũng dùng để miêu tả thanh thế hoặc quy mô lớn khiến người ta kinh ngạc. Trong tiếng Việt hiện đại, thành ngữ này có khi còn được dùng để miêu tả những hành động, sự việc, sự kiện, tin đồn vv…khiến người ta không khỏi ngỡ ngàng.

例句：

昨晚突然來了一場強風暴雨，雷聲**驚天動地**，孩子們都嚇得躲到被子裡去了。

Tối qua bỗng nổi lên một trận mưa bão lớn, tiếng sấm giật **kinh thiên động địa**, khiến tụi nhỏ sợ hãi trốn hết vào trong chăn.

井底之蛙

ㄐㄧㄥˇ ㄉㄧˇ ㄓ ㄨㄚ／jǐng dǐ zhī wā

Ếch ngồi đáy giếng

註解：

越化 漢越 成語	住在井底的青蛙，看不清上面的事物，比喻見識淺薄、經驗有限的人。

Thành ngữ Hán Việt đã được Việt hóa: con ếch khi ngồi ở dưới đáy giếng sẽ không nhìn rõ được sự vật ở bên trên, câu thành ngữ tiếng Trung ẩn dụ nhằm chỉ những người có vốn kiến thức và kinh nghiệm có hạn. Trong tiếng Việt, câu thành ngữ giữ nguyên ý nghĩa và cách dùng, nhưng thay đổi về âm đọc và cấu trúc.

例句：

在工作中，最怕遇到那些**井底之蛙**，不了解情形卻自以為是，到最後什麼都做不到的人。

Trong công việc, sợ nhất là gặp phải kiểu người **ếch ngồi đáy giếng**, không hiểu rõ tình hình nhưng lại tự cho là đúng, cuối cùng thì chẳng làm được việc gì.

敬而遠之／敬而远之
ㄐㄧㄥˋ ㄦˊ ㄩㄢˋ ㄓ／jìng ér yuàn zhī
Kính nhi viễn chi

註解：

原樣漢越成語

原指對鬼神要存有尊敬之心，但不涉於迷信。後引申為雖表示尊敬，但保持距離，表現出既不親近也不得罪的態度。

Thành ngữ Hán Việt nguyên dạng: câu thành ngữ vốn chỉ con người cần có sự tôn kính với quỷ thần, nhưng không mê tín dị đoan. Sau này câu thành ngữ dùng để thể hiện sự tôn kính, nhưng duy trì khoảng cách, biểu thị thái độ không thân thiết nhưng cũng không đắc tội.

例句：

他很厲害，但過於高傲自大，所以我們都**敬而遠之**，不想有太多的接觸。

Anh ta rất giỏi, nhưng lại quá tự cao tự đại, thế nên chúng tôi đều **kính nhi viễn chi**, không muốn tiếp xúc quá nhiều.

九死一生

ㄐㄧㄡˇㄙˇㄧㄕㄥ／jiǔ sǐ yī shēng

Thập tử nhất sinh

註解：

越化
漢越
成語

指歷經艱險，死裡逃生；也形容處在生死關頭，情況十分危急。

Thành ngữ Hán Việt đã được Việt hóa: thành ngữ tiếng Trung miêu tả người rơi vào hoàn cảnh vô cùng nguy hiểm đến tính mạng. Trong tiếng Việt, câu thành ngữ giữ nguyên ý nghĩa và cách dùng, nhưng thay đổi về từ tố, đổi "cửu" thành "thập".

例句：

飛機失事掉入河中，空服人員在**九死一生**中救了許多人的性命。

Máy bay gặp nạn rơi xuống sông, các tiếp viên hàng không trong giờ phút **thập tử nhất sinh** đã cứu được rất nhiều người khỏi cái chết cận kề.

救苦救難／救苦救难

ㄐㄧㄡˋㄎㄨˇㄐㄧㄡˋㄋㄢˋ／jiù kǔ jiù nàn

Cứu khổ cứu nạn

註解：

原樣
漢越
成語

來^来源於^于佛經^经，形容拯救苦難之中的人。

Thành ngữ Hán Việt nguyên dạng: thành ngữ tiếng Trung vốn có xuất xứ từ kinh Phật, miêu tả việc cứu vớt người từ trong khổ nạn. Trong tiếng Việt chủ yếu dùng trong cúng bái, cầu an.

例句：

每天都有人因疫情而死去，我們只能默默地祈求菩薩^萨大發^发慈悲，**救苦救難**。

Mỗi ngày đều có người chết vì dịch bệnh, chúng ta chỉ có thể âm thầm cầu xin Bồ Tát đại phát từ bi, **cứu khổ cứu nạn**.

鞠躬盡瘁／鞠躬尽瘁

ㄐㄩˊ ㄍㄨㄥ ㄐㄧㄣˋ ㄘㄨㄟˋ／jú gōng jìn cuì

Cúc cung tận tụy

原樣漢越成語	「鞠躬」即^彎彎腰行^礼禮，表示恭敬、^謹謹慎，而「盡瘁」指竭盡辛

^劳勞。形容人^为為了某人或某事而^{贡献}貢獻出全部的精力。

Thành ngữ Hán Việt nguyên dạng: "cúc cung" nghĩa là khom lưng, "tận tụy" là dốc hết sức lực, câu thành ngữ dùng để chỉ người cống hiến hết tinh thần sức lực của mình vì người hoặc việc nào đó.

例句：

她是一名勤勞的^护護士，天天**鞠躬盡瘁**地^顾照顧病人，因此得到大家的喜^爱愛。

Cô ấy là một y tá chăm chỉ, ngày ngày **cúc cung tận tụy** chăm sóc bệnh nhân, nên được rất nhiều người yêu quý.

聚沙成塔

ㄐㄩˋ ㄕㄚ ㄔㄥˊ ㄊㄚˇ／jù shā chéng tǎ

Góp gió thành bão

註解：

越化
漢越
成語

比喻積少成多，即如果努力把那些小的東西結合起來，便能形
成大的力量，並且達到目的。

Thành ngữ Hán Việt đã được Việt hóa: gom những hạt cát lại có thể xây được tòa tháp, câu thành ngữ tiếng Trung chỉ việc tích tiểu thành đại, nếu nỗ lực kết hợp những thứ nhỏ bé thì cũng có thể tạo ra sức mạnh to lớn để đạt được mục đích. Trong tiếng Việt, câu thành ngữ giữ nguyên ý nghĩa và cách dùng, nhưng thay đổi về âm đọc và từ tố, đổi "cát" thành "gió", đổi "tháp" thành "bão".

例句：

在一個團體中，只要每個人盡一分心力，就可以發揮**聚沙成塔**的力量，以達到共同的目標。

Trong một tập thể, chỉ cần mỗi người giúp một tay là có thể phát huy được sức mạnh **góp gió thành bão** để đạt được mục tiêu chung.

開花結果／开花结果

ㄎㄞ ㄏㄨㄚ ㄐㄧㄝˊ ㄍㄨㄛˇ／kāi huā jié guǒ

Đơm hoa kết trái

越化
漢越
成語

耕作成熟，可以收穫，比喻付出辛勞有所回報。在越南語常用來形容夫妻間的感情。

Thành ngữ Hán Việt đã được Việt hóa: thành ngữ tiếng Trung chỉ việc trồng trọt canh tác tốt thì sẽ thu hoạch được hoa trái, chỉ người chăm chỉ nỗ lực sẽ thu về thành quả xứng đáng. Trong tiếng Việt, câu thành ngữ giữ nguyên ý nghĩa, thường dùng để nói về tình cảm đôi lứa, nhưng được thay đổi về bộ phận âm đọc.

例句：

結婚兩年後，他們的愛已**開花結果**，生了一個可愛的小男孩。

Sau hai năm cưới, tình yêu của họ đã **đơm hoa kết trái**, sinh được một bé trai kháu khỉnh.

開天闢地／开天辟地

ㄎㄞ ㄊㄧㄢ ㄆㄧˋ ㄉㄧˋ ／ kāi tiān pì dì

Khai thiên lập địa

註解：

越化 漢越 成語	原為神話中盤古開闢天地後才有世界，後比喻有史以來、前所 未有。

Thành ngữ Hán Việt đã được Việt hóa: thành ngữ tiếng Trung vốn là câu chuyện truyền thuyết Bàn Cổ khai sinh ra trời đất để tạo nên thế giới, sau này để miêu tả sự vật hiện tượng xưa nay hiếm có hoặc chưa từng có. Trong tiếng Việt, câu thành ngữ giữ nguyên ý nghĩa và cách dùng, nhưng thay đổi về bộ phận từ tố.

例句：

昔日的嫗姬母去**開天闢地**
（摘錄自歌曲〈搖籃曲之國〉，由越南音樂家文成儒所作。歌詞中的「嫗姬 Âu Cơ」（公元前 2825-2520）是越南傳說中的祖先人物。）

Mẹ Âu Cơ từ xa xưa đi **khai thiên lập địa**

(Trích trong bài hát: Đất nước lời ru, nhạc sĩ: Văn Thành Nho)

刻骨銘心／刻骨铭心

ㄎㄜˋㄍㄨˇㄇㄧㄥˊㄒㄧㄣ／kè gǔ míng xīn

Khắc cốt ghi tâm

註解：

越化
漢越
成語

形容感受深刻、難以忘懷的人或事。

Thành ngữ Hán Việt đã được Việt hóa: câu thành ngữ chỉ người hoặc việc để lại cảm xúc sâu sắc, không thể nào quên. Trong tiếng Việt, thành ngữ giữ nguyên ý nghĩa và cách dùng, nhưng thay đổi bộ phận từ tố.

例句：

對很多人而言，初戀都是一段**刻骨銘心**的回憶，美麗又遺憾。秋梅也不例外，至今她仍無法忘懷十八歲那年第一個男友的身影。

Đối với rất nhiều người thì tình đầu luôn là một ký ức **khắc cốt ghi tâm**, vừa đẹp đẽ lại vừa tiếc nuối. Đối với Thu Mai cũng vậy, cho đến hôm nay, cô vẫn không thể quên được bóng hình bạn trai đầu tiên năm 18 tuổi.

空前絕後／空前绝后

ㄎㄨㄥ ㄑㄧㄢˊ ㄐㄩㄝˊ ㄏㄡˋ／kōng qián jué hòu

Vô tiền khoáng hậu

註解：

| 越化
漢越
成語 |

形容前所未有、後無來者，比喻超越古今、無與倫比的人或事。

Thành ngữ Hán Việt đã được Việt hóa: thành ngữ tiếng Trung miêu tả sự việc, sự vật hoặc hiện tượng chưa từng có, vượt qua thời đại và không gì sánh bằng Trong tiếng Việt, câu thành ngữ giữ nguyên ý nghĩa và cách dùng, nhưng được thay đổi về bộ phận từ tố, "không" thành "vô", "tuyệt" thành "khoáng".

例句：

他在世界足球史上創造了**空前絕後**的紀錄，至今仍然沒有人能夠打破。

Anh ấy đã tạo ra những kỷ lục **vô tiền khoáng hậu** trong lịch sử bóng đá thế giới mà đến nay vẫn chưa có ai có thể phá vỡ.

哭笑不得

ㄎㄨ ㄒㄧㄠˋ ㄅㄨˋ ㄉㄜˊ／kū xiào bù dé
Dở khóc dở cười

越化
漢越
成語

註解：

形容令人有著好氣又好笑的感覺，也形容尷尬的場合。

Thành ngữ Hán Việt đã được Việt hóa: thành ngữ tiếng Trung chỉ điều khiển cho người thấy vừa bực bội vừa buồn cười, cũng miêu tả tình cảnh khó xử không biết phải làm sao. Trong tiếng Việt, câu thành ngữ giữ nguyên ý nghĩa và cách dùng, nhưng được thay đổi về từ tố, âm đọc và cấu trúc.

例句：

今天上午我有兩節文學課，上了一會兒，我才發現自己進錯了其他老師的教室，真是**哭笑不得**。

Sáng nay tôi có tiết văn học, ngồi một lúc mới biết là mình vào nhầm lớp của giáo viên khác, đúng là **dở khóc dở cười**.

苦盡甘來／苦尽甘来

ㄎㄨˇㄐㄧㄣˋㄍㄢㄌㄞˊ／ kǔ jìn gān lái

Khổ tận cam lai

註解：

原樣
漢越
成語

「甘」是甜的意思，形容艱苦的日子結束了，慢慢轉進好的日子。

Thành ngữ Hán Việt nguyên dạng: "cam" nghĩa là "ngọt", câu thành ngữ có nghĩa là kết thúc giai đoạn gian khổ, khó khăn để tiến đến những ngày tháng tươi đẹp, hạnh phúc.

例句：

在經歷許多困難之後，所有事情都已得到解決，真是**苦盡甘來**。

Sau khi trải qua rất nhiều khó khăn, cuối cùng mọi việc cũng kết thúc tốt đẹp, đúng là **khổ tận cam lai**.

來日方長／来日方长

ㄌㄞˊㄖˋㄈㄤㄔㄤˊ／lái rì fāng cháng

Ngày rộng tháng dài

註解：

越化 漢越 成語	形容之後的日子還很長，也表示對未來的期望。在越南語主要用來表示時間上有餘裕，不需要著急。

Thành ngữ Hán Việt đã được Việt hóa: thành ngữ tiếng Trung chỉ thời gian sau này còn nhiều, cũng thể hiện sự kỳ vọng vào tương tai. Trong tiếng Việt, câu thành ngữ giữ nguyên ý nghĩa và cách dùng, nhưng được thay đổi về âm đọc và cấu trúc, chủ yếu dùng để miêu tả thời gian thư thả, không nên vội vã.

例句：

人們不用為一件煩惱的事情而付出太多力氣，因為**來日方長**，我們都應該學會享受生活中每一天的樂趣。

Con người không nên dốc quá nhiều sức lực tinh thần cho một việc phiền não nào đó, bởi **ngày rộng tháng dài**, chúng ta đều nên học cách tận hưởng niềm vui trong cuộc sống.

老馬識途／老马识途

ㄌㄠˇㄇㄚˇㄕˋㄊㄨˊ／lǎo mǎ shì tú

Ngựa quen đường cũ

註解：

越化
漢越
成語

比喻工作中較有經驗的人，也叫「識途老馬」，在越南語則指
再三犯錯、知錯不改的人。

Thành ngữ Hán Việt đã được Việt hóa: thành ngữ gốc vốn dùng để chỉ người lão luyện và có nhiều kinh nghiệm. Trong tiếng Việt, thành ngữ được Việt hóa về âm đọc và ý nghĩa, dùng để phê phán người có thói hư tật xấu khó bỏ, luôn lặp lại những lỗi lầm trước đây.

例句：

漢：在這一行中，老王**老馬識途**，我們都照著他的話去做吧！

Trong ngành này thì ông Vương là người có **kinh nghiệm đầy mình** đấy, chúng ta cứ nghe theo ông ấy mà làm.

越：Tôi sợ lần này anh ta sẽ lại **ngựa quen đường cũ**, gây rắc rối cho mọi người.

我怕這次他可能會再**返回舊路**，給大家帶來麻煩。

郎才女貌

ㄌㄤˊ ㄘㄞˊ ㄋㄩˇ ㄇㄠˋ ／ láng cái nǚ mào

Trai tài gái sắc

註解：

越化
漢越
成語

指才華洋溢的男子與容貌出眾的女子，常用來讚美情侶或夫妻。

Thành ngữ Hán Việt đã được Việt hóa: miêu tả người con trai tài giỏi, người con gái xinh đẹp, thành ngữ tiếng Trung thường dùng để ca ngợi các cặp đôi yêu nhau hoặc vợ chồng. Trong tiếng Việt, câu thành ngữ giữ nguyên ý nghĩa, cấu trúc và cách dùng, nhưng thay đổi về âm đọc.

例句：

聽說總經理的夫人以前曾獲選美比賽第一名，真是**郎才女貌**，讓人羨慕。

Nghe nói phu nhân của ngài Tổng giám đốc ngày xưa từng đạt vương miện hoa hậu, đúng là một cặp **trai tài gái sắc,** ai cũng ngưỡng mộ.

狼心狗肺

ㄌㄤˊ ㄒㄧㄣ ㄍㄡˇ ㄈㄟˋ ／ láng xīn gǒu fèi

Lòng lang dạ sói

註解：

越化
漢越
成語

狼的心、狗的肺，比喻人的心腸狠毒、貪婪，毫無良心。

Thành ngữ Hán Việt đã được Việt hóa: thành ngữ tiếng Trung chỉ kẻ có tâm địa hiểm ác, tham lam, không có lương tâm. Trong tiếng Việt, câu thành ngữ giữ nguyên ý nghĩa và cách dùng, nhưng thay đổi về âm đọc.

例句：

沒想到，他的外表這麼和善，內心卻如此**狼心狗肺**。

Tôi thật không ngờ, anh ấy nhìn bề ngoài trông hiền lành tử tế thế, mà bên trong thì lại **lòng lang dạ sói**.

樂而忘返／乐而忘返

ㄌㄜˋㄦˊㄨㄤˋㄈㄢˇ／lè ér wàng fǎn

Vui quên đường về

註解：

越化 漢越 成語

指人快樂得忘了回去。在越南<ruby>語<rt>语</rt></ruby>也用<ruby>來<rt>来</rt></ruby>形容<ruby>貪<rt>贪</rt></ruby>玩而忘<ruby>記<rt>记</rt></ruby>正事的人。

Thành ngữ Hán Việt đã được Việt hóa: thành ngữ tiếng Trung chỉ vui quá mà quên cả trở về. Trong tiếng Việt, câu thành ngữ giữ nguyên ý nghĩa, nhưng được thay đổi về âm đọc và từ tố, cách dùng đa dạng hơn so với tiếng Trung, đôi khi cũng dùng với ý chỉ trích những người vì ham chơi mà quên những thứ khác, hay nói "vui quên *đường* về" hoặc "vui quên *lối* về". Trong khẩu ngữ hay thêm chữ "cả", "vui quên cả *đường* về" hoặc "vui quên cả *lối* về".

例句：

他很久才跟朋友<ruby>們<rt>们</rt></ruby>聚<ruby>會<rt>会</rt></ruby>一次，所以在外通宵又吃又喝又唱歌，**樂而忘返**。

Lâu rồi anh ta mới tụ tập với bạn bè nên đi ăn uống hát hò thâu đêm, **vui quên cả lối về**.

力不從心／力不从心
ㄌㄧˋ ㄅㄨˋ ㄘㄨㄥˊ ㄒㄧㄣ／lì bù cóng xīn
Lực bất tòng tâm

原樣
漢越
成語

指心裡想做某件事情，但沒有足夠的力量或能力來達成目的，只能接受或放棄。

Thành ngữ Hán Việt nguyên dạng: câu thành ngữ chỉ trong lòng muốn làm việc gì đó nhưng không đủ sức lực hoặc năng lực để đạt được mục đích, buộc phải chấp nhận hoặc từ bỏ.

例句：

看到他面對重重困難，我也很想幫忙，但實在**力不從心**，不知怎麼做才好。

Nhìn anh ấy gặp bao nhiêu khó khăn như vậy tôi cũng rất muốn giúp đỡ nhưng quả thực **lực bất tòng tâm**, không biết phải làm sao cho phải.

良師益友／良师益友

ㄌㄧㄤˊ ㄕ ㄧˋ ㄧㄡˇ／liáng shī yì yǒu

Thầy tốt bạn hiền

註解：

越化
漢越
成語

指人遇見或擁有良好的老師、有益的朋友。
（見）（擁）

Thành ngữ Hán Việt đã được Việt hóa: thành ngữ tiếng Trung chỉ người gặp hoặc có được người thầy, người bạn tốt, giúp ích cho bản thân. Trong tiếng Việt, câu thành ngữ giữ nguyên ý nghĩa và cách dùng, nhưng thay đổi về âm đọc và bộ phận từ tố.

例句：

學長對我來說是**良師益友**般的存在。
（学 长 对 来说）

Người anh lớp trên đối với tôi vừa như **thầy tốt** vừa như **bạn hiền**.

良藥苦口／良药苦口

ㄌㄧㄤˊ ㄧㄠˋ ㄎㄨˇ ㄎㄡˇ／liáng yào kǔ kǒu

Thuốc đắng giã tật

指好藥大都味苦難嚥但卻能治好疾病，也比喻直說的話有時傷人心，但有幫助。

Thành ngữ Hán Việt đã được Việt hóa: thành ngữ tiếng Trung chỉ thuốc tốt thường có vị đắng khó nuốt nhưng có thể chữa được bệnh tật, cũng ẩn dụ những lời nói thật đôi khi làm đau lòng, nhưng lại có ích. Trong tiếng Việt, câu thành ngữ giữ nguyên ý nghĩa và cách dùng, nhưng được thay đổi về âm đọc, cấu trúc và từ tố, thường hay đi liền với câu "sự thật mất lòng".

例句：

親人說的話如**良藥苦口**，有時傷了我們的心，但卻能幫助我們認清什麼是正確的選擇。

Thuốc đắng giã tật, sự thật mất lòng, những lời người thân nói đôi khi làm chúng ta tổn thương, nhưng lại giúp chúng ta nhận ra đâu là lựa chọn đúng đắn.

兩全其美／两全其美

ㄌㄧㄤˇ ㄑㄩㄢˊ ㄑㄧˊ ㄇㄟˇ／liǎng quán qí měi

Vẹn cả đôi đường

越化
漢越
成語

指做事顧全雙方，使兩方面都獲益。

Thành ngữ Hán Việt đã được Việt hóa: thành ngữ tiếng Trung chỉ làm gì đó trọn vẹn chu đáo đạt được nhiều lợi ích cho các bên. Trong tiếng Việt, câu thành ngữ giữ nguyên ý nghĩa và cách dùng, nhưng được thay đổi về âm đọc và cấu trúc.

例句：

當大家還在爭論時，她就提出了一個**兩全其美**的解決方法，令人讚揚不已。

Khi mọi người đang tranh luận thì cô ấy đã đưa ra được một cách giải quyết **vẹn cả đôi đường**, khiến ai cũng tán dương không ngớt.

瞭如指掌／了如指掌

ㄌㄧㄠˇㄖㄨˊㄓˇㄓㄤˇ／liǎo rú zhǐ zhǎng

Rõ như lòng bàn tay

註解：

| 越化
漢越
成語 | 比喻對事情的^对狀況了解得十分清楚。 |

比喻對事情的狀況了解得十分清楚。

Thành ngữ Hán Việt đã được Việt hóa: thành ngữ tiếng Trung chỉ hiểu rất rõ tình hình của một sự việc, hiện tượng nào đó. Trong tiếng Việt, câu thành ngữ giữ nguyên ý nghĩa và cách dùng, nhưng được thay đổi về âm đọc và số chữ.

例句：

你們倆的事我**瞭如指掌**，別再裝神祕了啦。

Chuyện của hai người tôi đều **rõ như lòng bàn tay**, không cần phải tỏ ra bí mật đâu.

料事如神

ㄌㄧㄠˋ ㄕˋ ㄖㄨˊ ㄕㄣˊ ／ liào shì rú shén
Liệu sự như thần

註解：

原樣
漢越
成語

指人的判^斷能力極^{極強}，可準^准確^确地預^预測^测事情的發^发展或結^结果。

Thành ngữ Hán Việt nguyên dạng: thành ngữ tiếng Trung chỉ người có khả năng phán đoán tốt, có thể dự đoán chính xác quá trình phát triển hoặc kết quả của sự việc.

例句：

這^这位女強人**料事如神**，解^决決問^问題^题的能力極強，果然是大集團^团的高級^级顧^顾問^问。

Người phụ nữ này **liệu sự như thần**, khả năng giải quyết vấn đề vô cùng giỏi, không hổ danh là cố vấn cao cấp của tập đoàn lớn.

流芳百世

ㄌㄧㄡˊ ㄈㄤ ㄅㄞˇ ㄕˋ／liú fāng bǎi shì

Tiếng thơm muôn đời

越化
漢越
成語

指美名永遠流傳後世，為人稱頌。

Thành ngữ Hán Việt đã được Việt hóa: thành ngữ tiếng Trung chỉ danh tiếng tốt đẹp lưu lại cho các đời sau, khiến người người ca ngợi. Trong tiếng Việt, câu thành ngữ giữ nguyên ý nghĩa và cách dùng, nhưng được thay đổi về âm đọc và cấu trúc.

例句：

為建立國家而犧牲自我的開國先烈們，他們的精神將會流芳百世。

Những anh hùng hi sinh cho công cuộc xây dựng đất nước, tinh thần của họ đã để lại **tiếng thơm** cho **muôn đời** sau.

137

龍飛鳳舞／龙飞凤舞

ㄌㄨㄥˊ ㄈㄟ ㄈㄥˋ ㄨˇ ／ lóng fēi fèng wǔ

Rồng bay phượng múa

註解：

越化 漢越 成語	形容書法筆^笔勢^势如龍如鳳般飄^飘逸多姿，也比喻山勢蜿蜒起伏，氣^气勢磅礴。

Thành ngữ Hán Việt đã được Việt hóa: thành ngữ tiếng Trung miêu tả chữ viết trong thư pháp sinh động đẹp đẽ, cũng miêu tả hình thù núi non nhấp nhô diễm lệ. Trong tiếng Việt, câu thành ngữ giữ nguyên ý nghĩa và cách dùng, nhưng được thay đổi về âm đọc, chủ yếu dùng để miêu tả chữ viết, thư pháp.

例句：

他沒有上過任何書法課，漢字居然能寫得如此**龍飛鳳舞**，真讓人驚嘆不已。

Anh ấy chưa từng học qua lớp thư pháp nào mà lại có thể viết ra những Hán tự đẹp như **rồng bay phượng múa**, quả là khiến người ta phải thốt lên kinh ngạc.

龍爭虎鬥／龙争虎斗

ㄌㄨㄥˊ ㄓㄥ ㄏㄨˇ ㄉㄡˋ／lóng zhēng hǔ dòu

Long tranh hổ đấu

註解：

原樣 漢越 成語	形容像巨龍和猛虎一樣^樣相互鬥爭，比喻競^竞爭激烈，難^难分誰^谁高誰 低。

Thành ngữ Hán Việt nguyên dạng: đấu nhau như cự long và mãnh hổ, câu thành ngữ ẩn dụ sự cạnh tranh, chiến đấu ác liệt giữa các đối thủ với nhau, khó có thể phân bì ai cao ai thấp.

例句：

這次世界盃足球賽，各個國家代表隊**龍爭虎鬥**，戰況十分激烈，令全球觀眾無不感到熱血沸騰。

Ở cúp bóng đá thế giới lần này, các đội bóng quốc gia cùng **long tranh hổ đấu**, cạnh tranh vô cùng kịch liệt, khiến cho khán giả toàn cầu vô cùng hứng thú.

馬到成功／马到成功

ㄇㄚˇ ㄉㄠˋ ㄔㄥˊ ㄍㄨㄥ／mǎ dào chéng gōng

Mã đáo thành công

原樣
漢越
成語

指戰（战）馬一到就得勝（胜），比喻迅速而順（顺）利地得到成功，常用來（来）祝福。

Thành ngữ Hán Việt nguyên dạng: câu thành ngữ chỉ chiến mã đến là giành phần thắng, ẩn dụ việc thành công đến một cách nhanh chóng và thuận lợi, thường dùng để chúc tụng.

例句：

你這（这）次出國（国）留學（学）要好好照顧（顾）自己，關於學業（关于学业），你一向那麼（么）優（优）秀，我相信你一定會（会）**馬到成功**的。

Lần này bạn ra nước ngoài du học nhớ phải chăm sóc bản thân. Về việc học hành, bạn trước giờ xuất sắc như vậy, tôi tin bạn nhất định sẽ sớm **mã đáo thành công** thôi.

盲人摸象

ㄇㄤˊㄖㄣˊㄇㄛ ㄒㄧㄤˋ／máng rén mō xiàng

Thầy bói xem voi

註解：

盲者摸大象身體上不同部位時，會聯想並以為是其他東西，因此用來比喻見解片面的人，完全不了解真相。

Thành ngữ Hán Việt đã được Việt hóa: thành ngữ tiếng Trung chỉ người mù khi sờ các bộ phận trên cơ thể con voi thì chỉ nói tên được từng bộ phận riêng lẻ. Câu thành ngữ này ẩn dụ những người phiến diện thường chỉ có cái nhìn một chiều mà không bao quát toàn diện, dẫn đến nhận thức sai lầm, thiên lệch. Trong tiếng Việt, câu thành ngữ giữ nguyên ý nghĩa và cách dùng nhưng thay đổi về âm đọc và từ tố. Có đôi khi thành ngữ này cũng dùng để châm biếm những ông thầy bói nói mò, vốn đại diện cho thói mê tín dị đoan trong tập tục, lề thói của người Việt.

例句：

我們做事時不應該以偏概全，否則就像**盲人摸象**般地糊里糊塗，令人不服。

Chúng ta khi làm việc không nên phiến diện áp đặt, không thì chẳng khác nào **thầy bói xem voi**, khiến cho người ta không phục.

貌合神離／貌合神离

ㄇㄠˋㄏㄜˊㄕㄣˊㄌㄧˊ／mào hé shén lí

Bằng mặt không bằng lòng

註解：

指人與人之間表面上看起來契合，實際上心思不同，存有矛盾或不滿。

Thành ngữ Hán Việt đã được Việt hóa: thành ngữ tiếng Trung chỉ những người ngoài mặt tỏ ra thân thiết với nhau nhưng thực ra tâm tư khác biệt, tồn tại mâu thuẫn hoặc bất mãn. Trong tiếng Việt, câu thành ngữ giữ nguyên ý nghĩa và cách dùng, nhưng thay đổi về âm đọc, cấu trúc, từ tố và số lượng chữ, trong khẩu ngữ thường thêm chữ "mà" "bằng mặt mà không bằng lòng".

例句：

在任何工作環境中，都不能避免**貌合神離**的關係，我們應該學會適應，並對周圍的人維持適當的態度。

Môi trường công việc nào cũng không tránh khỏi những mối quan hệ **bằng mặt mà không bằng lòng**, chúng ta phải học cách thích ứng và giữ thái độ phù hợp với mọi người xung quanh.

門當戶對／门当户对

ㄇㄣˊ ㄉㄤ ㄏㄨˋ ㄉㄨㄟˋ ／ mén dāng hù duì

Môn đăng hộ đối

越化
漢越
成語

形容婚嫁的雙方家庭條件和社^会地位相當。

形容婚嫁的雙方家庭條件和社會地位相當。

Thành ngữ Hán Việt đã được Việt hóa: thành ngữ tiếng Trung chỉ nam nữ tiến đến hôn sự mà đôi bên có gia thế và địa vị tương xứng với nhau. Trong tiếng Việt, câu thành ngữ giữ nguyên ý nghĩa và cách dùng, nhưng thay đổi về bộ phận từ tố, thay "đang" bằng "đăng".

例句：

很多人認為愛情不需要**門當戶對**，而婚姻則是需要的，你贊成嗎？

Nhiều người cho rằng tình yêu thì không cần **môn đăng hộ đối** nhưng hôn nhân lại cần điều này, bạn có đồng ý không?

面紅耳赤／面红耳赤

ㄇㄧㄢˋㄏㄨㄥˊㄦˇㄔˋ／miàn hóng ěr chì

Mặt đỏ tía tai

註解：

指人因為害羞或緊張而滿臉發紅的樣子。

Thành ngữ Hán Việt đã được Việt hóa: thành ngữ tiếng Trung miêu tả người do xấu hổ hoặc căng thẳng quá mà đỏ bừng cả mặt. Trong tiếng Việt, câu thành ngữ giữ nguyên ý nghĩa, cấu trúc và cách dùng, nhưng thay đổi về âm đọc.

例句：

我哥是內向的人，第一次牽女友的手時，他害羞得**面紅耳赤**，使得大家都笑了。

Anh trai tôi là người hướng nội, lần đầu nắm tay bạn gái mà ngượng đến mức **mặt đỏ tía tai**, khiến ai cũng buồn cười.

名不虛傳／名不虛传

ㄇㄧㄥˊ ㄅㄨˋ ㄒㄩ ㄔㄨㄢˊ／míng bù xū chuán

Danh bất hư truyền

原樣
漢越
成語

註解：

形容所流傳的名聲和實際相符，常用來稱讚別人。

Thành ngữ Hán Việt nguyên dạng: câu thành ngữ miêu tả danh tiếng được lưu truyền phù hợp với thực tế, thường dùng để khen ngợi người khác.

例句：

我聽過許多人提到這位作家，今天有機會直接見到他本人，果真是**名不虛傳**。

Tôi đã được nghe mọi người kể rất nhiều về nhà văn này, hôm nay có cơ hội gặp trực tiếp, quả thật là **danh bất hư truyền**.

名正言順／名正言顺

ㄇㄧㄥˊ ㄓㄥˋ ㄧㄢˊ ㄕㄨㄣˋ ／ míng zhèng yán shùn

Danh chính ngôn thuận

原樣
漢越
成語

指名義、名分正當，話說合理，形容所做的事正當而合理，不容置疑。

Thành ngữ Hán Việt nguyên dạng: câu thành ngữ chỉ danh nghĩa, danh phận chính đáng, lời nói ra hợp tình hợp lý, miêu tả làm việc gì cũng rõ ràng hợp lý thì mới không dễ bị người khác nghi hoặc.

媽媽常教我們做任何大小事都要**名正言順**，才能得到別人的信任。

Mẹ vẫn thường nhắc chúng tôi làm việc gì dù nhỏ hay lớn cũng đều phải **danh chính ngôn thuận** thì mới lấy được lòng tin của người khác.

木已成舟

ㄇㄨˋ 一ˇ ㄔㄥˊ ㄓㄡ／ mù yǐ chéng zhōu

Ván đã đóng thuyền

越化
漢越
成語

木材已做成船隻，比喻已成事實，無法改變。
（只）（尖）（无）（变）

Thành ngữ Hán Việt đã được Việt hóa: ván gỗ đã được đóng thành thuyền, thành ngữ tiếng Trung chỉ việc đã trở thành sự thật, không thể nào thay đổi Trong tiếng Việt, câu thành ngữ giữ nguyên ý nghĩa và cách dùng, nhưng thay đổi về âm đọc và từ tố.

例句：

如果真愛一個人，要鼓起勇氣地去征服她或他的心，別等**木已成舟**，各
（愛）（个）（气）（別）
自婚嫁，屆時再追悔，也無濟於事了。
（屆）（时）（济）（于）

Nếu thực lòng yêu một ai đó, bạn nên dũng cảm chinh phục trái tim của người ấy, đừng chờ đến khi **ván đã đóng thuyền,** thì bấy giờ có ân hận cũng chẳng làm được gì.

目中無人／目中无人

ㄇㄨˋ ㄓㄨㄥ ㄨˊ ㄖㄣˊ／mù zhōng wú rén

Mục hạ vô nhân

註解：

形容過於<u>過</u>高傲的人，眼中除了自己之外，不在乎其他人。

Thành ngữ Hán Việt đã được Việt hóa: thành ngữ tiếng Trung chỉ người ngạo mạn, trong mắt chỉ có bản thân, coi thường người khác. Trong tiếng Việt, câu thành ngữ giữ nguyên ý nghĩa, cấu trúc và cách dùng, nhưng thay đổi về từ tố, thay từ "trung" bằng từ "hạ".

例句：

遇到這種**目中無人**的同事，我們最好不要浪費時間去跟他爭論。

Gặp phải kiểu đồng nghiệp **mục hạ vô nhân** như vậy thì tốt nhất chúng ta không nên phí thời gian tranh luận với họ làm gì.

男女老少

ㄋㄢˊ ㄋㄩˇ ㄌㄠˇ ㄕㄠˋ ／ nán nǚ lǎo shào

Già trẻ gái trai

註解：

| 越化
漢越
成語 | 男人、女人、老人、少年人，泛指所有人。 |

Thành ngữ Hán Việt đã được Việt hóa: thành ngữ tiếng Trung chỉ tất cả mọi người, nam, nữ, người già, người trẻ. Trong tiếng Việt, câu thành ngữ giữ nguyên ý nghĩa và cách dùng, nhưng thay đổi về âm đọc và thứ tự.

例句：

每逢春節，我的家鄉到處都熱鬧了起來，**男女老少**說說笑笑，興高采烈地一起慶祝迎接新年。

Mỗi dịp xuân về, quê tôi lại đông vui rộn ràng, **già trẻ gái trai** ai ai cũng tươi cười phấn khởi cùng nhau đi chúc Tết.

牛郎織女／牛郎织女

ㄋㄧㄡˊ ㄌㄤˊ ㄓ ㄋㄩˇ／niú láng zhī nǚ

Ngưu Lang Chức Nữ

原樣
漢越
成語

牛郎和織女是民間傳說中的人物，每年只能在七夕相見。後用「牛郎織女」來比喻分隔兩地、難以相逢的夫妻或情侶。

Thành ngữ Hán Việt nguyên dạng: Ngưu Lang và Chức Nữ vốn là nhân vật trong truyền thuyết dân gian của người Hoa, về sau "Ngưu Lang Chức Nữ" được dùng như thành ngữ để miêu tả tình cảm sâu đậm nhưng xa cách hai nơi giữa vợ chồng hoặc người yêu.

例句：

這對夫妻，一個在台灣留學，另一個則在歐洲工作，每年就像**牛郎織女**一樣，彼此相見一面後，又要暫別了。

Đôi vợ chồng này, một người du học ở Đài Loan, một người làm việc ở Châu Âu, mỗi năm chỉ được gặp nhau một lần rồi lại phải tạm biệt, y như **Ngưu Lang Chức Nữ** vậy.

牛頭馬面／牛头马面

ㄋㄧㄡˊ ㄊㄡˊ ㄇㄚˇ ㄇㄧㄢˋ／niú tóu mǎ miàn

Đầu trâu mặt ngựa

註解：

越化
漢越
成語

原指神話傳說地獄中的鬼卒，現比喻各種各樣凶惡的人。

Thành ngữ Hán Việt đã được Việt hóa: thành ngữ tiếng Trung vốn chỉ những con quỷ dưới địa ngục trong truyền thuyết, về sau dùng để chỉ những kẻ dữ dằn đáng sợ. Trong tiếng Việt, câu thành ngữ giữ nguyên ý nghĩa và cách dùng, nhưng thay đổi về âm đọc, thường miêu tả các thành phần xấu trong xã hội.

例句：

近幾年，在多個城市中出現來歷不明、**牛頭馬面**的黑道，他們到處搞亂，驚嚇了許多外來的遊客。

Gần đây ở một số thành phố lớn xuất hiện những kẻ **đầu trâu mặt ngựa** không rõ lai lịch, đi khắp nơi dọa dẫm làm loạn khiến nhiều du khách khiếp sợ.

平安無事／平安无事

ㄆㄧㄥˊ ㄢ ㄨˊ ㄕˋ ／ píng ān wú shì

Bình an vô sự

原樣
漢越
成語

平穩安全，沒有不幸的事情發生，常用來表示願望或祝福。

Thành ngữ Hán Việt nguyên dạng: bình yên, ổn định, an toàn, không có việc gì không may xảy ra, câu thành ngữ thường dùng để biểu thị nguyện vọng hoặc chúc phúc.

例句：

在疫情日益嚴峻的情況下，我只希望自己和家人都能**平安無事**，不會遇到任何影響到身體健康的問題。

Giữa tình hình dịch bệnh ngày càng căng thẳng, tôi chỉ mong cho mình và người thân được **bình an vô sự**, không gặp phải bất kỳ vấn đề gì ảnh hưởng tới sức khỏe.

妻離子散／妻离子散

ㄑㄧ ㄌㄧˊ ㄗˇ ㄙㄢˋ／qī lí zǐ sàn

Tan đàn xẻ nghé

| 越化
漢越
成語 | 形容家人被迫四處分散，不能團聚。 |

Thành ngữ Hán Việt đã được Việt hóa: thành ngữ tiếng Trung chỉ gia đình rơi vào cảnh li tán khắp nơi, không thể đoàn tụ. Trong tiếng Việt, câu thành ngữ giữ nguyên ý nghĩa, cấu trúc và cách dùng, nhưng thay đổi về từ tố và âm đọc.

例句：

他過往沉迷賭博，處處欠債，使得家庭陷入**妻離子散**的慘境，如今感到後悔，但都已來不及了。

Anh ta ham mê cờ bạc, nợ nần khắp nơi, khiến gia đình lâm vào cảnh **tan đàn xẻ nghé**, giờ thấy ân hận thì đã quá muộn rồi.

七嘴八舌

ㄑㄧ ㄗㄨㄟˇ ㄅㄚ ㄕㄜˊ ／ qī zuǐ bā shé

Mồm năm miệng mười

越化
漢越
成語

形容人多嘴雜，意見不一，議論紛亂。在越南語，此成語中的
數字由「七」變為「五」，「八」變為「十」，但通常只描述
一個主體，用來形容一個人的話很多，把其他人的話都說完了，
與中文原意不同。

Thành ngữ Hán Việt đã được Việt hóa: thành ngữ tiếng Trung chỉ người đông
thì nhiều chuyện, nhiều ý kiến, dễ nảy sinh dị nghị nhiều loạn. Trong tiếng
Việt, câu thành ngữ thay đổi từ "bảy" thành "năm", "tám" thành "mười" và
nhưng thường chỉ miêu tả một chủ thể, tức chỉ kẻ lắm mồm lắm miệng, nói
hết phần của người khác, vì vậy cách dùng khác so với câu thành ngữ gốc.

例句：

漢：同學們圍著老師**七嘴八舌**地發表意見，希望多展開些有趣的活動。

Sinh viên vây quanh giáo viên **thi nhau bày tỏ ý kiến** của mình, hy vọng
sẽ triển khai được nhiều hoạt động thú vị hơn.

越：Chị ấy lúc nào cũng **mồm năm miệng mười**, nói hết phần của người
khác.

她總是愛講話，全部時間都是她在講話。

棋逢敵手／棋逢敵手

ㄑㄧˊ ㄈㄥˊ ㄉㄧˊ ㄕㄡˇ／qí féng dí shǒu

Kỳ phùng địch thủ

註解：

原樣
漢越
成語

比喻雙方水準、實力相當，不相上下。

Thành ngữ Hán Việt nguyên dạng: câu thành ngữ chỉ hai bên đối thủ có trình độ, thực lực ngang nhau, khó có thể phân bì cao thấp.

例句：

這麼多年來，張董在這一行內遇到不計其數的對手，但只有李董讓他覺得**棋逢敵手**，始終無法分出勝負。

Bao nhiêu năm nay trong ngành này, sếp Trương đã gặp phải rất nhiều đối thủ, nhưng chỉ có sếp Lý là **kỳ phùng địch thủ** mà ông đến giờ vẫn chưa thể đánh bại.

騎虎難下／骑虎难下

ㄑㄧˊ ㄏㄨˇ ㄋㄢˊ ㄒㄧㄚˋ／qí hǔ nán xià

Ngồi trên lưng cọp

越化
漢越
成語

騎在老虎背上，因怕被咬而不敢下來，比喻事情進行下去有困
難，但卻無法中止。

Thành ngữ Hán Việt đã được Việt hóa: cưỡi hổ nhưng không dám xuống vì sợ bị cắn, thành ngữ tiếng Trung chỉ sự việc tiếp tục tiến hành sẽ gặp khó khăn nhưng không thể dừng lại. Trong tiếng Việt, câu thành ngữ giữ nguyên ý nghĩa và cách dùng, nhưng thay đổi về cấu trúc và âm đọc.

例句：

既然已經簽約，等同於**騎虎難下**，只能硬著頭皮繼續執行了。

Bây giờ hợp đồng đã được ký kết, chẳng khác nào đã **ngồi trên lưng cọp** rồi, đành tiếp tục bất chấp khó khăn mà thực hiện thôi.

起死回生

ㄑㄧˇㄙˇㄏㄨㄟˊㄕㄥ／ qǐ sǐ huí shēng

Cải tử hoàn sinh

註解：

> 越化
> 漢越
> 成語

指死去的人復生，後比喻將毫無希望的情勢扭轉過來。
（復生 后 將 无 勢 轉过来）

Thành ngữ Hán Việt đã được Việt hóa: thành ngữ tiếng Trung vốn chỉ người chết sống lại, sau dùng để miêu tả xoay chuyển được tình thế vốn đã không còn hi vọng. Trong tiếng Việt, câu thành ngữ giữ nguyên ý nghĩa và cách dùng, nhưng thay đổi về bộ phận từ tố, thay "hồi" bằng "hoàn".

例句：

經過最後一次治療後，他就像**起死回生**似的，身體和精神都恢復得很快。
（經 療 体）

Sau lần chữa trị cuối cùng, ông ấy như được **cải tử hoàn sinh**, sức khỏe và tinh thần đều phục hồi rất nhanh.

千變萬化／千变万化

ㄑㄧㄢ ㄅㄧㄢˋ ㄨㄢˋ ㄏㄨㄚˋ／qiān biàn wàn huà

Thiên biến vạn hóa

| 原樣 |
| 漢越 |
| 成語 |

形容變化極^极大，讓^让人無^无法想像。

Thành ngữ Hán Việt nguyên dạng: câu thành ngữ miêu tả sự thay đổi, biến hóa khôn lường của sự vật, hiện tượng trong cuộc sống.

生活本就是**千變萬化**，沒^没有人知道明天會^会發^发生什麼^么事，因此讓我們^们好好珍惜現^现在的一切吧！

Cuộc sống vốn **thiên biến vạn hóa**, chẳng ai biết ngày mai sẽ xảy ra chuyện gì, thế nên chúng ta hãy trân trọng mọi thứ của hiện tại.

千方百計／千方百计

く一ㄢ ㄈ尤 ㄅㄞˇ ㄐ一ˋ／qiān fāng bǎi jì

Trăm phương nghìn kế

越化
漢越
成語

形容人為達到目的而費盡心機地找出方法和計謀。

Thành ngữ Hán Việt đã được Việt hóa: thành ngữ tiếng Trung nghĩa là nghĩ ra mọi cách thức, mưu kế để làm một việc gì đó. Trong tiếng Việt, câu thành ngữ giữ nguyên ý nghĩa và cách dùng, nhưng thay đổi về bộ phận âm đọc và từ tố. Chữ "nghìn" còn có cách đọc khác là "ngàn".

例句：

一個好的商人，總能**千方百計**地從其他人沒有留意到的小事情上賺到利潤。

Người làm kinh doanh giỏi là người có thể nghĩ ra **trăm phương nghìn kế** để kiếm được lợi nhuận từ những thứ mà người khác không để ý.

千鈞一髮／千钧一发
ㄑㄧㄢ ㄐㄩㄣ ㄧ ㄈㄚˇ／qiān jūn yī fǎ
Ngàn cân treo sợi tóc

越化
漢越
成語

形容面臨十分緊急、危險的情況。

Thành ngữ Hán Việt đã được Việt hóa: thành ngữ tiếng Trung chỉ việc đối diện với tình hình vô cùng căng thẳng hoặc nguy hiểm. Trong tiếng Việt, câu thành ngữ giữ nguyên ý nghĩa và cách dùng, nhưng thay đổi về âm đọc, từ tố và số lượng chữ.

例句：

馬戲團的藝人經常要面臨**千鈞一髮**的險境，但他們仍竭盡全力，只為了給觀眾帶來一場精彩的表演。

Những nghệ sĩ xiếc thường xuyên phải đối mặt với tình huống nguy hiểm **ngàn cân treo sợi tóc**, nhưng họ vẫn cố gắng hết mình để mang đến tiết mục đặc sắc cho khán giả.

千辛萬苦／千辛万苦

ㄑㄧㄢ ㄒㄧㄣ ㄨㄢˋ ㄎㄨˇ／qiān xīn wàn kǔ

Trăm đắng ngàn cay

註解：

越化 漢越 成語

形容無數、說不盡的艱辛與苦難。
<small>无 数　　说 尽 艰 　 难</small>

Thành ngữ Hán Việt đã được Việt hóa: thành ngữ tiếng Trung chỉ vô vàn khó khăn, cay đắng không thể đong đếm. Trong tiếng Việt, câu thành ngữ giữ nguyên ý nghĩa và cách dùng, nhưng thay đổi về âm đọc và từ tố.

例句：

父母歷經**千辛萬苦**把孩子扶養長大，只希望孩子們在成長的道路上能夠健康、成功和幸福。
<small>历经　　　　　　養长　　　们　长　　　够</small>

Cha mẹ trải qua **trăm đắng ngàn cay** nuôi con khôn lớn, chỉ mong các con được mạnh khỏe, thành công, hạnh phúc trên đường đời.

千山萬水／千山万水
ㄑㄧㄢ ㄕㄢ ㄨㄢˋ ㄕㄨㄟˇ／qiān shān wàn shuǐ
Thiên sơn vạn thủy

註解：

原樣漢越成語　山川眾多交錯，形容美麗的大自然，也比喻路途遙遠、險阻甚多。

Thành ngữ Hán Việt nguyên dạng: thành ngữ tiếng Trung miêu tả thiên nhiên hùng vĩ, nhiều sông nhiều núi, cũng có ý ẩn dụ đường đi xa xôi, hiểm trở. Trong tiếng Việt có cách dùng đồng nghĩa song song là "thiên sơn vạn thủy" và "trăm núi nghìn/ngàn sông" (hoặc trăm sông ngàn núi).

例句：

我抱著一種信念，只要有決心，儘管**千山萬水**也能度過，並到達目的地。

Tôi luôn có một niềm tin rằng, con người chỉ cần có quyết tâm thì dù cho **trăm sông ngàn núi** cũng sẽ vượt qua để về đích.

162

千載一時／千載一时

ㄑㄧㄢ ㄗㄞˇ ㄧ ㄕˊ／qiān zǎi yī shí

Ngàn năm có một

千年才有一次好時機，形容機會十分難得，不應錯過。

Thành ngữ Hán Việt đã được Việt hóa: ngàn năm mới có một lần, thành ngữ tiếng Trung miêu tả cơ hội hiếm có, không nên bỏ lỡ. Trong tiếng Việt, câu thành ngữ giữ nguyên ý nghĩa và cách dùng, nhưng thay đổi về âm đọc và từ tố

例句：

在生活中，有時我們會因猶豫不決而錯過了一個機會，但卻不知道那可能是個**千載一時**不會再出現的好機會。

Đôi khi chúng ta thường do dự để rồi bỏ qua một cơ hội nào đó mà không biết rằng đó có thể là cơ hội **ngàn năm có một**, không xuất hiện lần nữa.

前呼後擁／前呼后拥

ㄑㄧㄢˊㄏㄨㄏㄡˋㄩㄥˇ／qián hū hòu yǒng

Tiền hô hậu ủng

註解：

原樣
漢越
成語

前面有人吆喝開路，後面有人簇擁跟隨，形容做官的人或有權力的人出行時聲勢浩大，有很多人跟隨。在越南語也指提議或開創事情的人，可以得到大家的支持。

Thành ngữ Hán Việt nguyên dạng: thành ngữ chỉ phía trước thì có người hô hoán mở đường, phía sau thì có tùy tùng bảo vệ, miêu tả người làm quan hoặc có thế lực khi đi ra ngoài thì khí thế oai phong lẫm liệt, có rất nhiều người đi theo hỗ trợ, phục vụ. Trong tiếng Việt, câu thành ngữ còn chỉ những sự việc đề xướng ra hoặc người tiên phong làm gì đó mà được mọi người đều ủng hộ.

例句：

老師被同學們**前呼後擁**地推上台領獎。

Cô giáo được các học sinh reo hò **tiền hô hậu ủng** lên sân khấu nhận giải thưởng.

前因後果／前因后果

ㄑㄧㄢˊ ㄧㄣ ㄏㄡˋ ㄍㄨㄛˇ ／ qián yīn hòu guǒ

Nhân nào quả nấy

註解：

越化 漢越 成語

指事情的起因和結果，即整個過程。在越南語，形容前面種下的因會影響後面的結果。

Thành ngữ Hán Việt đã được Việt hóa: thành ngữ tiếng Trung chỉ cả một quá trình bao gồm nguyên nhân và kết quả của sự việc. Trong tiếng Việt, câu thành ngữ giữ nguyên ý nghĩa, nhưng thay đổi về bộ phận từ tố, hai chữ "trước", "sau" thay bằng "nào", "nấy" làm thay đổi ngữ khí của câu thành ngữ, thường dùng để miêu tả hành động hoặc sự việc dẫn đến một kết cục không tốt.

例句：

前因後果的道理符合道德良知，因此非常好懂。如果你仁慈，你就會得到美德。如果你誠實，你就會得到信任。如果你努力，你就會獲得成功。

Những đạo lý thuận với Pháp luật và Đạo đức thường rất dễ hiểu, đó là: Gieo **nhân nào** thì gặt **quả nấy**; Gieo hiền lành thì gặt được đức hạnh; Gieo thành thật thì gặt được lòng tin; Gieo chăm chỉ thì gặt được thành công.

傾國傾城／倾国倾城

ㄑㄧㄥ ㄍㄨㄛˊ ㄑㄧㄥ ㄔㄥˊ／qīng guó qīng chéng

Khuynh quốc khuynh thành

註解：

| 原樣 漢越 成語 |

出自《詩^诗經^经》，形容極為^{极 为}美麗^丽動^动人的女子。

Thành ngữ Hán Việt nguyên dạng: thành ngữ tiếng Trung gốc từ "Kinh thi" Trung Quốc, chỉ mỹ nhân xinh đẹp tuyệt trần khiến ai nấy đều rung động. Trong tiếng Việt có 2 dạng đồng nghĩa được dùng song song: "khuynh quốc khuynh thành" và "nghiêng nước nghiêng thành".

例句：

西施、王昭君、貂蟬^蝉與楊貴^{与 杨 贵}妃是中國^国史上**傾國傾城**的四大美人。

Tây Thi, Vương Chiêu Quân, Điêu Thuyền và Dương Quý Phi là tứ đại mỹ nhân **khuynh quốc khuynh thành** trong lịch sử Trung Quốc.

青梅竹馬／青梅竹马

ㄑㄧㄥㄇㄟˊㄓㄨˊㄇㄚˇ／qīng méi zhú mǎ

Thanh mai trúc mã

出自李白的詩句，詩中的「青梅」與「竹馬」原指孩子們的玩具，後用「青梅竹馬」比喻從小就相識的伴侶或朋友。

Thành ngữ Hán Việt nguyên dạng: câu thành ngữ dẫn từ thơ của Lý Bạch, "thanh mai" và "trúc mã" vốn miêu tả trò chơi của trẻ nhỏ, về sau tượng trưng cho những cặp đôi hoặc bạn bè gặp gỡ quen biết từ khi còn rất nhỏ.

例句：

我們本來是**青梅竹馬**，可惜長大後各走一方，不常聯絡。

Chúng tôi vốn là một đôi bạn **thanh mai trúc mã**, tiếc rằng lớn lên mỗi người một ngả, không còn thường xuyên liên lạc nữa.

青天白日

ㄑㄧㄥ ㄊㄧㄢ ㄅㄞˊ ㄖˋ／qīng tiān bái rì

Thanh thiên bạch nhật

註解：

| 原樣
漢越
成語 | 「青天」指晴空，「白日」指明耀的太陽，形容大白天人們都能看到的場合。 |

Thành ngữ Hán Việt nguyên dạng: thành ngữ tiếng Trung ý nói giữa ban ngày, nơi mọi người đều có thể nhìn thấy. Trong tiếng Việt có 2 cách nói đồng nghĩa song song là "thanh thiên bạch nhật" và "ban ngày ban mặt".

例句：

真沒想到已結婚的他，竟然敢在**青天白日**下跟其他女人約會。

Không thể ngờ rằng anh ta đã kết hôn rồi mà còn dám hẹn hò với người phụ nữ khác ngay giữa **thanh thiên bạch nhật**.

輕於鴻毛／轻于鸿毛

ㄑㄧㄥ ㄩˊ ㄏㄨㄥˊ ㄇㄠˊ／qīng yú hóng máo

Nhẹ tựa lông hồng

「鴻毛」即大雁的羽毛，指比鳥羽還輕，形容非常輕微，毫無
價值。在越南語通常用來形容對死亡的態度。

Thành ngữ Hán Việt đã được Việt hóa: nhẹ hơn cả lông vũ của chim, thành
ngữ tiếng Trung chỉ sự vật, hiện tượng, sự việc vô cùng nhỏ nhặt, không có
giá trị. Trong tiếng Việt, câu thành ngữ giữ nguyên ý nghĩa, cấu trúc và cách
dùng, nhưng thay đổi về bộ phận âm đọc, thường dùng để miêu tả thái độ của
con người về cái chết.

例句：

曾在戰爭中出生入死的人，當生活在和平時，他們都把死亡看得**輕於鴻
毛**，好像再也沒有能讓他們感到害怕的事了。

Những người đã từng vào sinh ra tử trong chiến trận, đến khi sống trong thời
bình, họ coi cái chết **nhẹ tựa lông hồng**, chẳng còn gì khiến họ thấy lo sợ nữa.

情投意合

ㄑㄧㄥˊ ㄊㄡˊ ㄧˋ ㄏㄜˊ ／ qíng tóu yì hé

Tâm đầu ý hợp

註解：

越化
漢越
成語

形容彼此感情和心意相契合。

Thành ngữ Hán Việt đã được Việt hóa: thành ngữ tiếng Trung chỉ đôi bên tâm ý tình cảm hòa hợp. Trong tiếng Việt, câu thành ngữ giữ nguyên ý nghĩa, cấu trúc và cách dùng, nhưng thay đổi về bộ phận từ tố, thay "tình" bằng "tâm".

例句：

隨著社會的發展，人們所關注的東西越來越多，因此較難找到能夠**情投意合**、長久相處的另一半。

Xã hội càng phát triển, con người ngày càng có nhiều mối quan tâm hơn nên khó tìm được một nửa **tâm đầu ý hợp** để gắn bó lâu dài.

170

窮山惡水／穷山恶水

ㄑㄩㄥˊ ㄕㄢ ㄜˋ ㄕㄨㄟˇ／qióng shān è shuǐ

Rừng thiêng nước độc

越化
漢越
成語

「窮山」指荒山，「惡水」指經常引起災害的河流湖泊，形容
自然條件十分惡劣的地方。

Thành ngữ Hán Việt đã được Việt hóa: thành ngữ tiếng Trung miêu tả những
nơi có điều kiện tự nhiên vô cùng hiểm trở, khắc nghiệt. Trong tiếng Việt, câu
thành ngữ giữ nguyên ý nghĩa, cấu trúc và cách dùng, nhưng thay đổi về âm
đọc và bộ phận từ tố.

在軍民團結一致努力開發下，僅僅數年，竟然在**窮山惡水**之間開出一條
康莊大道。

Nhờ sự đoàn kết nỗ lực triển khai của quân và dân, chỉ trong vài năm đã mở
được một con đường rộng giữa nơi **rừng thiêng nước độc**.

全心全意

ㄑㄩㄢˊ ㄒㄧㄣ ㄑㄩㄢˊ ㄧˋ／quán xīn quán yì

Toàn tâm toàn ý

形容為某人或某事投入全部的心思和精神。

Thành ngữ Hán Việt nguyên dạng: dành trọn toàn bộ tâm tư và tinh thần vì ai đó hoặc để làm việc gì đó.

例句：

結婚兩年後，她決定離職，**全心全意**地在家照顧丈夫和孩子。

Sau khi kết hôn được hai năm, cô ấy quyết định nghỉ việc, **toàn tâm toàn ý** ở nhà chăm lo cho chồng con.

人定勝天／人定胜天

ㄖㄣˊㄉㄧㄥˋㄕㄥˋㄊㄧㄢ／rén dìng shèng tiān

Nhân định thắng thiên

註解：

原樣 漢越 成語

「人定」指人謀，形容人的能力可戰勝自然的安排。

Thành ngữ Hán Việt nguyên dạng: "nhân định" nghĩa là những việc con người muốn làm, thành ngữ chỉ khả năng của con người có thể chiến thắng được sự sắp đặt của tự nhiên.

例句：

許多人相信任何事情都由天注定，但我卻相信**人定勝天**的道理，只要有決心和願意努力，並堅持到底，我們都可做到本以為做不到的事。

Rất nhiều người tin rằng mọi việc đều do ông trời đã sắp đặt, tôi thì lại tin vào triết lý **nhân định thắng thiên**, chỉ cần có quyết tâm, nỗ lực và kiên trì đến cùng, chúng ta đều có khả năng làm được điều mà vốn tưởng là không thể.

人面獸心／人面兽心

ㄖㄣˊㄇㄧㄢˋㄕㄡˋㄒㄧㄣ／ rén miàn shòu xīn

Mặt người dạ thú

註解：

越化
漢越
成語

面貌是人，但心腸像野獸一樣，形容人凶狠殘暴。

Thành ngữ Hán Việt đã được Việt hóa: diện mạo là người, nhưng lòng dạ như thú vật, câu thành ngữ tiếng Trung ẩn dụ những kẻ hung ác, tàn bạo. Trong tiếng Việt, câu thành ngữ giữ nguyên ý nghĩa và cách dùng, nhưng thay đổi về âm đọc.

例句：

這群人**人面獸心**，所以要小心！

Bọn họ là một lũ **mặt người dạ thú**, hãy cảnh giác!

榮華富貴／荣华富贵

ㄖㄨㄥˊㄏㄨㄚˊㄈㄨˋㄍㄨㄟˋ／ róng huá fù guì

Vinh hoa phú quý

註解：

原樣
漢越
成語

形容生活富裕，有錢有勢。
（錢＝钱，勢＝势）

Thành ngữ Hán Việt nguyên dạng: câu thành ngữ chỉ người sống giàu sang, có tiền có thế.

例句：

她是一位千金小姐，在**榮華富貴**的家庭中長大，因此出國留學時，較難適應要自己照顧自己的生活。
（長＝长，國＝国，學＝学，時＝时，較＝较，難＝难，適應＝适应，顧＝顾）

Cô ấy là vốn thiên kim tiểu thư, lớn lên trong gia đình **vinh hoa phú quý**, cho nên khi ra nước ngoài du học thì rất khó thích nghi với cuộc sống phải tự lo cho bản thân.

茹苦含辛

ㄖㄨˊㄎㄨˇㄏㄢˊㄒㄧㄣ／ rú kǔ hán xīn

Ngậm đắng nuốt cay

註解：

越化
漢越
成語

「茹」即吃，「辛」是辣，形容備受艱難，忍受痛苦。

Thành ngữ Hán Việt đã được Việt hóa: thành ngữ tiếng Trung miêu tả việc chịu đựng nhiều cay đắng và đau thương. Trong tiếng Việt, câu thành ngữ giữ nguyên ý nghĩa và cách dùng, nhưng thay đổi về âm đọc.

例句：

媽媽被丈夫和公婆嫌棄，只好**茹苦含辛**地一手把我扶養長大成人。

Bị chồng và bố mẹ chồng hắt hủi, mẹ đã phải **ngậm đắng nuốt cay** một mình nuôi tôi khôn lớn thành người.

如雷貫耳／如雷贯耳

ㄖㄨˊ ㄌㄟˊ ㄍㄨㄢˋ ㄦˇ／rú léi guàn ěr

Sét đánh ngang tai

越化 漢越 成語

如雷聲一樣大傳入耳朵，形容人的名氣很大。在越南語，多用於形容突發事件或意想不到的消息，使聽者感到驚訝，有時甚至是會有不好的感覺。

Thành ngữ Hán Việt đã được Việt hóa: thành ngữ tiếng Trung ẩn dụ người có thanh danh, tiếng tăm to lớn như tiếng sấm truyền bên tai, ai ai đều nghe thấy. Trong tiếng Việt, câu thành ngữ thay đổi về âm đọc, thường dùng để miêu tả sự việc xảy ra đột ngột hoặc thông tin có tính bất ngờ, khiến người nghe đều cảm thấy kinh ngạc, đôi khi theo hướng xấu.

例句：

漢：洪先生是個著名的作家，大名**如雷貫耳**。

Ông Hồng là một nhà văn nổi tiếng được nhiều người biết đến.

越："Cháu nhà anh chị bị tự kỷ", kết luận của bác sỹ như **sét đánh ngang tai** với vợ chồng tôi.

「你們小孩得了自閉症」，醫生的結論對我們夫妻來說，簡直是**晴天霹靂**。

如影隨形／如影随形

ㄖㄨˊㄧㄥˇㄙㄨㄟˊㄒㄧㄥˊ／ rú yǐng suí xíng

Như hình với bóng

註解：

越化
漢越
成語

比喻彼此關係親密，如人的影子總是跟著身子一樣。

Thành ngữ Hán Việt đã được Việt hóa: thành ngữ tiếng Trung chỉ mối quan hệ qua lại vô cùng thân thiết gắn bó, như cái bóng luôn đi theo người vậy. Trong tiếng Việt, câu thành ngữ giữ nguyên ý nghĩa và cách dùng, nhưng thay đổi về âm đọc và vị trí từ tố.

例句：

這兩個人總是黏在一起，**如影隨形**。

Hai người ấy lúc nào cũng dính với nhau **như hình với bóng**.

178

入鄉隨俗／入乡随俗

ㄖㄨˋ ㄒㄧㄤ ㄙㄨㄟˊ ㄙㄨˊ／ rù xiāng suí sú

Nhập gia tùy tục

越化
漢越
成語

到他鄉要順從那個地方的風俗習慣，比喻能適應環境，隨遇而安。此成語的越南語把「鄉」改成「家」。

Thành ngữ Hán Việt đã được Việt hóa: thành ngữ tiếng Trung chỉ việc đến sống ở nơi khác thì phải thuận theo phong tục tập quán của nơi đó, nghĩa là thích ứng với môi trường, gặp đâu thì quen đó. Trong tiếng Việt, câu thành ngữ giữ nguyên ý nghĩa và cách dùng, nhưng thay đổi về bộ phận từ tố, thay "hương" bằng "gia".

例句：

外國人若能學習如何**入鄉隨俗**，而當地人也願意學習國際語言，彼此便能交流和相處。

Người nước ngoài nếu biết học cách **nhập gia tùy tục** còn người bản địa thì tình nguyện học ngôn ngữ quốc tế thì hai bên đều có thể cùng giao lưu và hòa nhập.

三從四德／三从四德

ㄙㄢ ㄘㄨㄥˊ ㄙˋ ㄉㄜˊ／sān cóng sì dé

Tam tòng tứ đức

註解：

原樣 漢越 成語	「三從」，即在家從父、出嫁從夫、夫死從子；「四德」，即婦德、 婦言、婦容、婦功，指封建社會中對婦女所定的嚴格標準。

Thành ngữ Hán Việt nguyên dạng: "tam tòng" là *tại gia tòng phụ, xuất giá tòng phu, phu tử tòng tử* (ở nhà theo cha, kết hôn thì theo chồng, chồng mất thì theo con); "tứ đức" là *đức, ngôn, dung, công* (trong tiếng Việt là công – dung – ngôn – hạnh). Câu thành ngữ này miêu tả tiêu chuẩn nghiêm khắc đặt cho người phụ nữ trong xã hội cũ nhưng vẫn được dùng trong ngôn ngữ hiện đại khi thể hiện quan niệm bảo thủ về phái nữ.

例句：

雖然早已跨入二十一世紀，但可惜的是仍有許多婦女依然受到**三從四德**這種舊觀念的束縛，無法自由選擇自己想要的生活方式。

Dù đã bước sang thể kỷ 21 từ lâu, nhưng đáng buồn là rất nhiều phụ nữ vẫn phải chịu sự trói buộc bởi quan niệm **tam tòng tứ đức**, không được tự do lựa chọn sống theo cách mà mình muốn.

三頭六臂／三头六臂

ㄙㄢ ㄊㄡˊ ㄌㄧㄡˋ ㄅㄧˋ／sān tóu liù bì

Ba đầu sáu tay

註解：

| 越化
漢越
成語 |

指有三顆頭顱、六條臂膀，為一種天神的長相，後用來形容了不起、本領大的人。在越南語，用來形容同時做很多事的大忙人。

Thành ngữ Hán Việt đã được Việt hóa: thành ngữ tiếng Trung vốn chỉ pháp tướng của Phật có 3 cái đầu, 6 cánh tay, về sau dùng để miêu tả người tài giỏi, có bản lĩnh lớn. Trong tiếng Việt, câu thành ngữ giữ nguyên ý nghĩa và cách dùng, nhưng thay đổi về âm đọc, trong khẩu ngữ thường chỉ những người bận rộn, phải cáng đáng nhiều việc cùng một lúc.

例句：

疫情期間在家隔離，我才知道原來老婆像有**三頭六臂**般，可以同時做那麼多事情。

Ở nhà cách ly trong mùa dịch, tôi mới biết vợ đã phải **ba đầu sáu tay**, một mình phải đảm đương bao nhiêu việc như vậy.

塞翁失馬／塞翁失马

ㄙㄞˋ ㄨㄥ ㄕ ㄇㄚˇ／sài wēng shī mǎ

Tái ông thất mã

註解：

原樣漢越成語

原講一個住在邊塞的老翁失去一匹馬的寓言故事，後濃縮成一句成語，勸人遇到困難時有可能因禍得福，如能保持樂觀精神，會得到好結果。

Thành ngữ Hán Việt nguyên dạng: "tái ông" là ông lão sống ở vùng biên giới, "thất mã" là mất ngựa. Đây vốn là câu chuyện ngụ ngôn, sau được dùng như thành ngữ để chỉ người khi gặp khó khăn thì biết đâu trong họa có phúc, nếu giữ được tinh thần lạc quan sẽ gặp được điều tốt. Trong tiếng Việt có cách dùng đồng nghĩa song song là "tái ông thất mã" và "tái ông mất ngựa".

例句：

生活中會遇到重重挑戰，我們應該學習**塞翁失馬**的精神，以維持樂觀與積極的態度。

Trong cuộc sống sẽ luôn gặp phải rất nhiều thử thách, chúng ta nên học hỏi tinh thần **tái ông thất mã** để duy trì thái độ lạc quan và tích cực.

死去活來／死去活来

ㄙˇ ㄑㄩˋ ㄏㄨㄛˊ ㄌㄞˊ／sǐ qù huó lái

Chết đi sống lại

註解：

越化
漢越
成語

昏死了過去又醒了過來，形容十分悲傷或痛苦。

Thành ngữ Hán Việt đã được Việt hóa: thành ngữ tiếng Trung miêu tả trạng thái lịm đi rồi lại tỉnh, chỉ cảm xúc bi thương hoặc đau khổ tột cùng. Trong tiếng Việt, câu thành ngữ giữ nguyên ý nghĩa và cách dùng, nhưng thay đổi về âm đọc.

例句：

經過**死去活來**分娩的時刻，媽媽們最幸福的事就是能把健康的寶寶抱在懷裡。

Trải qua những giờ phút vượt cạn như **chết đi sống lại**, điều hạnh phúc nhất của những người mẹ là được ôm trên tay đứa con ra đời khỏe mạnh.

四面八方

ㄙˋㄇㄧㄢˋㄅㄚㄈㄤ／ sì miàn bā fāng

Bốn phương tám hướng

註解：

越化
漢越
成語

指周圍(围)、各個(个)地方。

Thành ngữ Hán Việt đã được Việt hóa: chỉ xung quanh, các nơi các hướng.
Trong tiếng Việt, câu thành ngữ giữ nguyên ý nghĩa và cách dùng, nhưng thay
đổi về bộ phận âm đọc và từ tố.

例句：

這座旅遊(游)城市**四面八方**都是山和海，不管哪個角度都能目睹極(极)美的風(风)
景。

Thành phố du lịch này **bốn phương tám hướng** đều là núi và biển, bất kể là ở
góc độ nào cũng nhìn ngắm được cảnh tượng tuyệt đẹp.

184

四分五裂

ㄙˋ ㄈㄣ ㄨˇ ㄌㄧㄝˋ ／ sì fēn wǔ liè

Chia năm xẻ bảy

越化
漢越
成語

原指四方都被敵人包圍，導致國土被分解割裂，後形容分散而
不完整、不團結。越南語的意思和用法不變，只是把原句中的
「四」、「五」改為「五」、「七」的數字。

Thành ngữ Hán Việt đã được Việt hóa: thành ngữ tiếng Trung vốn chỉ bốn
phương đều bị địch bao vây khiến cho lãnh thổ bị chia lìa, về sau dùng để
miêu tả sự phân tán, không thống nhất, không đoàn kết. Trong tiếng Việt, câu
thành ngữ giữ nguyên ý nghĩa và cách dùng, nhưng thay đổi bộ phận từ tố,
thay "bốn", "năm" trong câu gốc thành "năm", "bảy".

例句：

在董事選舉後，因權力鬥爭，公司內部已經**四分五裂**。

Sau cuộc bầu cử hội đồng quản trị, nội bộ công ty đã **chia năm xẻ bảy** chỉ vì
những tranh giành quyền lực.

隨機應變／随机应变

ㄙㄨㄟˊ ㄐㄧㄧㄥˋ ㄅㄧㄢˋ／suí jī yìng biàn

Tùy cơ ứng biến

註解：

原樣
漢越
成語

指隨著時機變化來應付某種情況或問題。

Thành ngữ Hán Việt nguyên dạng: câu thành ngữ miêu tả con người khi hành động hoặc xử lý việc gì đó thì dựa vào sự thay đổi của thời cơ để ứng phó với tình hình hoặc vấn đề nào đó.

例句：

張先生做事靈活，總能**隨機應變**，所以得到主管的賞識。

Anh Trương xử lý công việc rất linh hoạt, luôn biết **tùy cơ ứng biến** nên được cấp trên đánh giá cao.

殺氣騰騰／杀气腾腾

ㄕㄚ ㄑㄧ ˋ ㄊㄥ ˊ ㄊㄥ ˊ ／ shā qì téng téng

Sát khí đằng đằng

註解：

原樣
漢越
成語

本指要殺人的凶惡氣勢，後用來形容為某事發大火，表示充滿
憤怒，殺伐之氣很盛。

Thành ngữ Hán Việt nguyên dạng: câu thành ngữ vốn chỉ thái độ hung hãn
muốn giết người, về sau dùng để miêu tả những người tỏ ra vô cùng tức giận
phẫn nộ vì một chuyện gì đó. Trong tiếng Việt hiện đại cũng có cách nói đảo
ngược là "đằng đằng sát khí".

例句：

一群來路不明的人**殺氣騰騰**地闖進辦公室，把大家都嚇壞了。

Mấy người bọn họ chẳng hiểu từ đâu đến, **đằng đằng sát khí** lao vào văn
phòng, khiến ai nấy đều vô cùng hoảng sợ.

山清水秀

ㄕㄢ ㄑㄧㄥ ㄕㄨㄟˇ ㄒㄧㄡˋ／ shān qīng shuǐ xiù

Non xanh nước biếc

註解：

也說「山明水秀」，形容山水秀麗、風景優美。

Thành ngữ Hán Việt đã được Việt hóa: thành ngữ tiếng Trung miêu tả phong cảnh thiên nhiên sông nước diễm lệ, đẹp đẽ. Trong tiếng Việt, câu thành ngữ giữ nguyên ý nghĩa và cách dùng, nhưng thay đổi về âm đọc.

例句：

越南巴貝湖**山清水秀**，以美麗的山林與迷人的河流吸引著許多遊客前來。

Hồ Ba Bể ở Việt Nam phong cảnh hữu tình, **non xanh nước biếc**, thu hút rất nhiều khách du lịch tới thăm quan.

山珍海味

ㄕㄢ ㄓㄣ ㄏㄞˇ ㄨㄟˋ ／ shān zhēn hǎi wèi

Sơn hào hải vị

註解：

越化
漢越
成語

山林和海洋出產的各種寶貴食品，泛指美味佳餚、豐盛的食物。

Thành ngữ Hán Việt đã được Việt hóa: thành ngữ tiếng Trung chỉ những thực phẩm quý có nguồn gốc từ núi rừng sông biển, nghĩa là đồ ăn thơm ngon, phong phú, thịnh soạn. Trong tiếng Việt, câu thành ngữ giữ nguyên ý nghĩa và cách dùng, nhưng thay đổi về bộ phận từ tố.

例句：

帝王蟹、魚翅、鯪魚、越南東濤雞等，都是價格不菲的**山珍海味**，但越南的有錢人對它們仍樂此不疲，只為了滿足自己的味蕾。

Cua hoàng đế, vi cá mập, cá anh vũ, gà đông tảo... là những món **sơn hào hải vị** đắt đỏ mà giới nhà giàu người Việt vẫn thưởng thức để thỏa mãn vị giác của mình.

捨己救人／舍己救人

ㄕㄜˇㄐㄧˇㄐㄧㄡˋㄖㄣˊ／ shě jǐ jiù rén

Xả thân cứu người

註解：

越化
漢越
成語

指人為某事而犧牲自己，拯救他人。

Thành ngữ Hán Việt đã được Việt hóa: thành ngữ tiếng Trung chỉ người hi sinh bản thân để cứu lấy người khác. Trong tiếng Việt, câu thành ngữ giữ nguyên ý nghĩa và cách dùng, nhưng thay đổi về bộ phận âm đọc.

例句：

英雄不只出現在電影裡面，在現實中也有很多不顧一切、**捨己救人**的英雄，值得我們讚揚。

Không chỉ trên phim mà ngay trong thực tại cũng có rất nhiều người hùng sẵn sàng **xả thân cứu người**, xứng đáng được tán dương.

身敗名裂／身败名裂

ㄕㄣ ㄅㄞˋ ㄇㄧㄥˊ ㄌㄧㄝˋ／shēn bài míng liè

Thân bại danh liệt

註解：

原樣
漢越
成語

事業、地位喪失，名譽毀壞，比喻人落得徹底失敗、失去一切
的處境。

Thành ngữ Hán Việt nguyên dạng: địa vị bị mất đi, danh dự bị hủy hoại, câu
thành ngữ chỉ người gặp phải tình cảnh thất bại thảm hại, mất đi tất cả.

例句：

真沒想到一向活在榮華富貴中的他，也有落得如此**身敗名裂**的一天，一
眨眼就失去了一切。

Thật không ngờ một người sống trong vinh hoa phú quý như ông ấy cũng có
ngày lâm vào cảnh **thân bại danh liệt** như vậy, trong phút chốc đã mất đi tất
cả.

神通廣大／神通广大

ㄕㄣˊ ㄊㄨㄥ ㄍㄨㄤˇ ㄉㄚˋ／shén tōng guǎng dà

Thần thông quảng đại

原樣漢越成語

出自佛家用語，指神奇的法^术術^广廣大^无無^边邊。^后後^来用來比喻人本^领領^极極大、^无無所不能。

Thành ngữ Hán Việt nguyên dạng: vốn là dụng ngữ của nhà Phật, chỉ Phật pháp thần kỳ, quảng đại vô biên. Về sau thành ngữ tiếng Trung này được dùng để khen ngợi những người có bản lĩnh và giỏi giang. Trong tiếng Việt thì câu này đa số dùng để miêu tả các nhân vật có phép thuật trong các tác phẩm văn học, phim ảnh hoặc là một cách khen ngợi mang tính cường điệu đối với người khác.

例句：

^别別人做不到的事情，他都能做到，真像《西^游遊^记記》中的^孙孫悟空如此地**神通廣大**。

Những việc người khác không làm được thì anh ấy đều làm được, quả là **thần thông quảng đại** như Tôn Ngộ Không trong Tây Du Ký vậy.

192

聲東擊西／声东击西

ㄕㄥ ㄉㄨㄥ ㄐㄧˊ ㄒㄧ／shēng dōng jí xī

Dương đông kích tây

註解：

越化
漢越
成語

原指作戰策略，表面上聲稱攻打東邊，實際上卻攻打西邊，後比喻故意迷惑敵人，想方設法去轉移對方的注意力。

Thành ngữ Hán Việt đã được Việt hóa: thành ngữ tiếng Trung vốn chỉ chiến lược bề ngoài thì tung tin đánh phía đông, nhưng thực chất là đánh phía tây, về sau dùng để ẩn dụ người cố tình khiến cho kẻ địch bị mất phương hướng, tìm mọi cách đánh lạc hướng đối phương. Trong tiếng Việt, câu thành ngữ giữ nguyên ý nghĩa và cách dùng, nhưng thay đổi về bộ phận từ tố.

例句：

這次警方用了**聲東擊西**的策略，成功將那個犯罪集團首腦制伏。

Lần này cảnh sát đã áp dụng chiến lược **dương đông kích tây**, khuất phục được kẻ cầm đầu băng cướp.

生離死別／生离死别

ㄕㄥ ㄌㄧˊ ㄙˇ ㄅㄧㄝˊ／shēng lí sǐ bié

Sinh li tử biệt

原樣
漢越
成語

活著時的分離與死去時的永別，比喻人與人之間的離別。

Thành ngữ Hán Việt nguyên dạng: sự chia li lúc còn sống và vĩnh biệt lúc chết đi, câu thành ngữ ẩn dụ sự li biệt giữa con người với con người.

例句：

沒人能逃避**生離死別**的那一刻，不如全心全意地珍惜當下，並樂觀地面對未來。

Chẳng ai tránh được giờ khắc **sinh li tử biệt**, chi bằng cứ sống hết mình cho hiện tại và lạc quan hướng tới tương lai.

十面埋伏

ㄕˊㄇㄧㄢˋㄇㄞˊㄈㄨˊ／shí miàn mái fú

Thập diện mai phục

註解：

原樣
漢越
成語

典故出自秦漢之際的楚漢相爭，漢軍設伏兵於十面以圍殲敵軍，後用來形容人遇到層層包圍，陷入無處可逃的困境。

Thành ngữ Hán Việt nguyên dạng: điển tích thành ngữ tiếng Trung miêu tả cuộc chiến Sở - Hán trong lịch sử Trung Hoa, bài binh bố trận khắp mười hướng để bao vây quân địch. Về sau dùng để chỉ tình cảnh bị bao vây mọi phía, không thể tìm được đường thoát.

例句：

對一些人來說，婚姻就是愛情的美好結局，但也有人認為，走向婚姻就像踏入了一個**十面埋伏**的陣地，讓人找不到出口。

Đối với nhiều người, hôn nhân là cái kết đẹp đẽ của tình yêu, nhưng cũng có người cho rằng hôn nhân giống như đi vào một trận địa **thập diện mai phục**, chẳng thể tìm thấy đường ra.

十全十美
ㄕˊ ㄑㄩㄢˊ ㄕˊ ㄇㄟˇ ╱ shí quán shí měi
Thập toàn thập mỹ

註解：

原樣 漢越 成語

形容非常完美，^沒没有任何缺陷或瑕疵。

Thành ngữ Hán Việt nguyên dạng: câu thành ngữ miêu tả người hoặc sự vật, hiện tượng vô cùng hoàn mỹ, không có bất kỳ khiếm khuyết nào.

例句：

明知人生沒有**十全十美**，但我們大部分的人還是會拼命地去追求，且想方設法企圖得到那個不存在的完美。

Vẫn biết không có gì là **thập toàn thập mỹ**, nhưng hầu hết chúng ta vẫn luôn theo đuổi và cố gắng tìm mọi cách để đạt được thứ gọi là hoàn hảo.

實事求是／实事求是

ㄕˊㄕˋㄑㄧㄡˊㄕˋ／shí shì qiú shì

Thực sự cầu thị

註解：

形容嚴格按照實際來做事，力求真確。

Thành ngữ Hán Việt nguyên dạng: câu thành ngữ chỉ sự nghiêm túc làm việc hoặc hành động theo đúng thực tế, yêu cầu sự chính xác. Trong tiếng Việt thường dùng cách nói giản lược là "cầu thị".

例句：

教育部表示，新制教科書的審訂與發行等事項必須**實事求是**、公開透明，以符合全國學生使用的需求。

Bộ Giáo dục cho biết, việc thẩm định, ban hành sách giáo khoa mới phải **thực sự cầu thị**, rõ ràng minh bạch, đáp ứng nhu cầu sử dụng của người học trên toàn quốc.

始終如一／始终如一

ㄕˇ ㄓㄨㄥ ㄖㄨˊ 一／ shǐ zhōng rú yī

Trước sau như một

註解：

越化
漢越
成語

指自始至終都一^樣，從^从不改^变變。

Thành ngữ Hán Việt đã được Việt hóa: thành ngữ tiếng Trung chỉ từ đầu đến cuối vẫn vậy, không hề thay đổi. Trong tiếng Việt, câu thành ngữ giữ nguyên ý nghĩa và cách dùng, nhưng thay đổi về âm đọc, thường miêu tả lòng trung thành, chung thủy.

例句：

越南**始終如一**，奉行獨^独立自主、全方位、多樣化的外交政策。

Việt Nam **trước sau như một**, luôn nhất quan theo đuổi chính sách ngoại giao trung lập, toàn diện và đa dạng.

事不過三／事不过三
ㄕˋ ㄅㄨˋ ㄍㄨㄛˋ ㄙㄢ／shì bú guò sān
Quá tam ba bận

越化
漢越
成語

指同樣的事情或行為不能超過三次，即不宜多次發生的意思。

Thành ngữ Hán Việt đã được Việt hóa: thành ngữ tiếng Trung chỉ sự việc hoặc hành động nào đó không thể quá 3 lần, nghĩa là không nên xảy ra nhiều lần. Trong tiếng Việt, câu thành ngữ giữ nguyên ý nghĩa và cách dùng, nhưng thay đổi về cấu trúc và bộ phận từ tố.

例句：

你要明白**事不過三**的道理，接下來一定不能再犯錯了。

Anh phải hiểu là **quá tam ba bận**, lần tiếp theo nhất định không được phạm sai lầm nữa nhé.

事在人為／事在人为

ㄕˋ ㄗㄞˋ ㄖㄣˊ ㄨㄟˊ／shì zài rén wéi

Muôn sự tại người

註解：

越化
漢越
成語

形容事情的成功與否全都由人的行為和努力決定。

Thành ngữ Hán Việt đã được Việt hóa: thành ngữ tiếng Trung chỉ việc có đạt được thành công hay không đều do hành động và nỗ lực của con người. Trong tiếng Việt, câu thành ngữ giữ nguyên ý nghĩa và cách dùng, nhưng thay đổi về âm đọc và từ tố, đôi khi mang hàm ý xấu, chỉ mọi việc mang đến kết quả tốt hay xấu đều do con người làm ra.

例句：

雖然困難重重，但**事在人為**，我們一定能夠一一克服的。

Dù còn rất nhiều khó khăn nhưng **muôn sự tại người**, chúng ta sẽ nhất định từng bước khắc khắc phục và vượt qua được.

束手待斃／束手待毙

ㄕㄨˋㄕㄡˇㄉㄞˋㄅㄧˋ／shù shǒu dài bì

Khoanh tay chờ chết

註解：

越化
漢越
成語

把手捆綁起來等待死亡，比喻面對危難時什麼都不做，坐等敗亡。

Thành ngữ Hán Việt đã được Việt hóa: thành ngữ tiếng Trung miêu tả hành động trói hoặc buộc hai tay lại chờ cái chết đến, ẩn dụ người đối mặt với khó khăn nhưng không làm gì cả, ngồi một chỗ chấp nhận thất bại. Trong tiếng Việt, câu thành ngữ giữ nguyên ý nghĩa và cách dùng, nhưng thay đổi về âm đọc và bộ phận từ tố, sửa "thúc" (buộc, trói) thành "khoanh".

例句：

情況如此緊急，不能就這樣**束手待斃**，你得想個辦法。

Tình hình rất nguy cấp rồi, không thể **khoanh tay chờ chết** như thế được, anh phải nghĩ ra cách gì đi chứ.

水滴石穿

ㄕㄨㄟˇㄉㄧㄕˊㄔㄨㄢˊ／ shuǐ dī shí chuān

Nước chảy đá mòn

註解：

水滴了長^長時^时間^间後^后可以穿石，比喻堅^坚持不懈，事必有成。

Thành ngữ Hán Việt đã được Việt hóa: nước chảy lâu ngày có thể làm cho đá mòn, thành ngữ tiếng Trung ẩn dụ sự bền bỉ, nỗ lực không ngừng để từng bước đạt được thành công. Trong tiếng Việt, câu thành ngữ giữ nguyên ý nghĩa và cách dùng, nhưng thay đổi về âm đọc.

例句：

天下無^无難^难事，只要你有恆^恒心，**水滴石穿**，必能獲^获得最後成功。

Trên đời không có khó khăn, chỉ cần bạn có lòng kiên trì, **nước chảy đá mòn**, cuối cùng sẽ đạt được thành công.

順水推舟／顺水推舟

ㄕㄨㄣˋ ㄕㄨㄟˇ ㄊㄨㄟ ㄓㄡ／shùn shuǐ tuī zhōu

Thuận nước giong thuyền

註解：

越化
漢越
成語

順著水流而推船，比喻順應形勢來做事。在越南語中有時作為貶義使用，指利用機會謀取自身利益的人。

Thành ngữ Hán Việt đã được Việt hóa: thành ngữ tiếng Trung chỉ thuận theo dòng nước mà đẩy thuyền, ẩn dụ thuận theo tình thế mà hành sự. Trong tiếng Việt, câu thành ngữ giữ nguyên ý nghĩa và cách dùng, nhưng thay đổi về bộ phận âm đọc và từ tố, cũng có cách nói "thuận nước đẩy thuyền", đôi khi cũng bao hàm nghĩa xấu, chỉ những kẻ hùa theo, lợi dụng cơ hội để giành lợi ích cho bản thân.

例句：

他的實力本就不差，我只不過順水推舟地幫他一下，讓他有個出頭的機會而已。

Anh ấy thực ra là một người có năng lực, tôi chỉ **thuận nước giong thuyền** giúp cho anh ấy có thêm cơ hội nổi bật.

貪官汙吏／贪官污吏

ㄊㄢ ㄍㄨㄢ ㄨ ㄌㄧˋ／tān guān wū lì

Tham quan ô lại

原樣
漢越
成語

指貪財納賄的官吏，現在也用來形容不清正廉明的領導者。

Thành ngữ Hán Việt nguyên dạng: câu thành ngữ chỉ những người làm quan mà tham tiền ăn hối lộ, nay dùng để chỉ những người làm lãnh đạo mà không liêm chính.

例句：

如果社會上仍存在**貪官汙吏**，人們就永遠得不到所謂的平等與民主。

Nếu trong xã hội vẫn còn tồn tại những kẻ **tham quan ô lại**, thì con người mãi mãi sẽ không giành được thứ gọi là bình đẳng và dân chủ.

貪小失大／贪小失大

ㄊㄢ ㄒㄧㄠˇ ㄕ ㄉㄚˋ／tān xiǎo shī dà

Tham bát bỏ mâm

越化
漢越
成語

因貪求小的利益而失去了大的利益，造成重大的損失。

Thành ngữ Hán Việt đã được Việt hóa: thành ngữ tiếng Trung chỉ việc vì tham cầu lợi ích nhỏ mà mất đi lợi ích lớn, gây ra tổn hại nghiêm trọng. Trong tiếng Việt, câu thành ngữ giữ nguyên ý nghĩa và cách dùng, nhưng thay đổi về âm đọc và bộ phận từ tố.

例句：

她因為貪圖便宜，結果買回來一台不堪使用的洗衣機，真是**貪小失大**。

Cô ấy vì ham đồ rẻ tiền, kết quả là mua về một chiếc máy giặt không thể sử dụng, đúng là **tham bát bỏ mâm**.

貪生怕死／贪生怕死

ㄊㄢ ㄕㄥ ㄆㄚˋ ㄙˇ ／ tān shēng pà sǐ

Tham sống sợ chết

註解：

越化
漢越
成語

原指兵士作<ruby>戰<rt>战</rt></ruby><ruby>時<rt>时</rt></ruby>因怕死而退<ruby>縮<rt>缩</rt></ruby>不前，<ruby>後<rt>后</rt></ruby>泛指人貪<ruby>戀<rt>恋</rt></ruby>生存，害怕死亡。在越南<ruby>語<rt>语</rt></ruby>中形容工作和生活中都<ruby>沒<rt>没</rt></ruby>勇<ruby>氣<rt>气</rt></ruby>的<ruby>膽<rt>胆</rt></ruby>小鬼。

Thành ngữ Hán Việt đã được Việt hóa: thành ngữ tiếng Trung vốn chỉ những binh sĩ trong thời chiến vì sợ chết nên lùi bước không dám chiến đấu, nay chỉ những người tranh thủ mọi thứ để sinh tồn, sợ hãi cái chết. Trong tiếng Việt, câu thành ngữ giữ nguyên ý nghĩa và cách dùng, nhưng thay đổi về âm đọc, cũng thường ẩn dụ về những kẻ nhát gan, không dũng cảm trong công việc cũng như cuộc sống.

例句：

他是<ruby>個<rt>个</rt></ruby>**貪生怕死**的人，遇到事情<ruby>總<rt>总</rt></ruby>是第一個跑走。

Anh ta là một kẻ **tham sống sợ chết**, sẽ luôn là người bỏ chạy đầu tiên khi gặp một chuyện gì đó.

堂堂正正
ㄊㄤˊ ㄊㄤˊ ㄓㄥˋ ㄓㄥˋ ／ táng táng zhèng zhèng
Đường đường chính chính

註解：

原樣
漢越
成語

本指軍隊陣勢強大整齊，後用來形容人做事清楚明白、光明正
大。

Thành ngữ Hán Việt nguyên dạng: câu thành ngữ vốn chỉ trận đồ lớn, đều tăm
tắp, về sau dùng để chỉ sự rõ ràng minh bạch, quang minh chính đại.

例句：

你如果沒有做虧心事，那你就**堂堂正正**地跟大家直接討論吧，為何一直
沉默不語呢？

Nếu không làm gì sai thì anh cứ **đường đường chính chính** nói chuyện trực
tiếp với mọi người, tại sao lại im lặng lâu như vậy?

滔滔不絕／滔滔不绝
ㄊㄠ ㄊㄠ ㄅㄨˋ ㄐㄩㄝˊ／tāo tāo bù jué

Thao thao bất tuyệt

註解：

原樣
漢越
成語

形容人說話像流水一樣連續不斷。

Thành ngữ Hán Việt nguyên dạng: câu thành ngữ miêu tả người nói liên tục, như nước chảy không ngừng.

例句：

他是個內向不愛說話的人，然而他交往多年的女友卻是一開口就**滔滔不絕**，他倆就是所謂互補型的情侶吧！

Anh ấy là người nội tâm không nói nhiều, nhưng cô bạn gái lâu năm thì hễ mở miệng là **thao thao bất tuyệt**, đây chính là luật bù trừ trong tình yêu.

滔天大罪

ㄊㄠ ㄊㄧㄢ ㄉㄚˋ ㄗㄨㄟˋ ／ tāo tiān dà zuì

Tội ác tày trời

註解：

越化
漢越
成語

形容極^极大的罪行。

Thành ngữ Hán Việt đã được Việt hóa: thành ngữ tiếng Trung chỉ tội ác vô cùng lớn. Trong tiếng Việt, câu thành ngữ giữ nguyên ý nghĩa và cách dùng, nhưng thay đổi về âm đọc.

例句：

盲目的嫉妒使他失去了理智，竟對^对他的情敵^敌和愛^爱人犯下了**滔天大罪**。

Trong cơn ghen mù quáng, anh ta đã đánh mất lý trí, gây ra **tội ác tày trời** với tình địch và chính người mình yêu.

騰雲駕霧／腾云驾雾

ㄊㄥˊ ㄩㄣˊ ㄐㄧㄚˋ ㄨˋ ／ téng yún jià wù

Đi mây về gió

註解：

越化
漢越
成語

駕著雲乘著霧地在空中飛行，也指奔馳迅速。在越南語中，此
成語的意思和用法保持不變，只是把「霧」換成了「風」，也
指來去無蹤，經常到處跑的人。

Thành ngữ Hán Việt đã được Việt hóa: thành ngữ tiếng Trung miêu tả bay trên
không trung giữa làn mây và sương, cũng chỉ tốc độ di chuyển nhanh. Trong
tiếng Việt, câu thành ngữ giữ nguyên ý nghĩa và cách dùng, nhưng thay đổi
về âm đọc và bộ phận từ tố, thay "sương" bằng "gió", nên thường chỉ những
người hay đi xa, thường xuyên di chuyển, lúc ẩn lúc hiện.

例句：

漢：他騎著馬在草原上奔跑，如**騰雲駕霧**一般。

　　Hắn phi ngựa nhanh như bay trên thảo nguyên.

越：Nguyên Phó Thủ tướng Vũ Khoan của Việt Nam từng nói: "Nghề ngoại
　　giao thường được dùng với các cụm từ: **đi mây về gió**, áo quần bảnh bao,
　　yến tiệc tối ngày, mọi người nghe tưởng nhàn, sung sướng, nhưng không
　　phải như vậy".

　　越南前任副總理武寬先生曾說：「外交界經常被（外界）用這樣的
　　詞組來形容：**騰雲駕霧**、穿得美美、早晚聚會，人們認為好悠閒快
　　樂，但事實並非如此。」

210

天長地久／天长地久

ㄊㄧㄢ ㄔㄤˊ ㄉㄧˋ ㄐㄧㄡˇ／tiān cháng dì jiǔ

Thiên trường địa cửu

原樣
漢越
成語

語出《老子》，指時間如天和地那樣長久，後用來形容永遠不變的深情，多指愛情。

Thành ngữ Hán Việt nguyên dạng: trích từ "Lão Tử", câu thành ngữ vốn chỉ thời gian tồn tại lâu dài như trời và đất, sau này dùng để miêu tả tình cảm, thường là tình yêu vĩnh viễn không đổi thay giữa con người với nhau.

例句：

天長地久有時盡，此恨綿綿無絕期。

（摘自唐－白居易〈長恨歌〉）

Thiên trường địa cửu rồi cũng hết, hận dài dằng dặc chẳng thể ngừng.

(trích thơ Bạch Cư Dị - Trường Ca Hành, tạm dịch)

天高地厚

ㄊㄧㄢ ㄍㄠ ㄉㄧˋ ㄏㄡˋ／tiān gāo dì hòu

Trời cao đất dày

註解：

本形容天地的廣大遼闊，後指恩德深重，也比喻事情的艱鉅、嚴重。

Thành ngữ Hán Việt đã được Việt hóa: thành ngữ tiếng Trung vốn chỉ trời đất rộng lớn, sau chỉ ân đức sâu nặng, cũng dùng để ẩn dụ sự việc phức tạp, nghiêm trọng. Trong tiếng Việt, câu thành ngữ giữ nguyên ý nghĩa và cách dùng, nhưng thay đổi về âm đọc.

例句：

他真是不知**天高地厚**，膽敢如此出言不遜。

Hắn đúng là kẻ không biết **trời cao đất dày** là gì mới dám ăn nói lỗ mãng như vậy.

天翻地覆

ㄊㄧㄢ ㄈㄢ ㄉㄧˋ ㄈㄨˋ／tiān fān dì fù

Long trời lở đất

註解：

越化
漢越
成語

形容^变變化^极極大，或情^势勢相^当當混^乱亂。

Thành ngữ Hán Việt đã được Việt hóa: thành ngữ tiếng Trung miêu tả sự thay đổi vô cùng lớn, cũng chỉ xảy ra việc hoặc gây ra chuyện nào đó vô cùng nghiêm trọng. Trong tiếng Việt, câu thành ngữ giữ nguyên ý nghĩa và cách dùng, nhưng thay đổi về âm đọc.

例句：

公司因^为為改^组組，所以^经經^历歷了一^场場**天翻地覆**的人事^调調^动動。

Công ty mới sắp xếp lại tổ chức nên đã trải qua một đợt thuyên chuyển nhân sự **long trời lở đất**.

213

天羅地網／天罗地网

ㄊㄧㄢ ㄌㄨㄛˊ ㄉㄧˋ ㄨㄤˇ／tiān luó dì wǎng
Thiên la địa võng

原樣
漢越
成語

天上、地下到處都有羅網，形容四周都被緊緊包圍，無處可逃。

Thành ngữ Hán Việt nguyên dạng: trên trời dưới đất đều giăng lưới, câu thành ngữ chỉ bốn bề đều bị vây chặt, không có lối thoát.

例句：

為了能抓住這群危險的犯罪分子，警方已設下了**天羅地網**，要讓他們無處可逃。

Để bắt được nhóm tội phạm nguy hiểm này, cảnh sát đã thiết lập một thế trận **thiên la địa võng**, khiến chúng không còn đường thoát.

天涯海角

ㄊㄧㄢ ㄧㄚˊ ㄏㄞˇ ㄐㄧㄠˇ／tiān yá hǎi jiǎo

Chân trời góc biển

註解：

越化 漢越 成語

「天涯」指天的邊界，「海角」則指海的角落，形容偏僻或遙遠的地方。

Thành ngữ Hán Việt đã được Việt hóa: thành ngữ tiếng Trung miêu tả những nơi xa xôi vô tận, không nhìn thấy điểm dừng. Trong tiếng Việt, câu thành ngữ giữ nguyên ý nghĩa và cách dùng, nhưng thay đổi về âm đọc, thường dùng trong những lời thề hẹn về tình yêu đôi lứa.

例句：

即使在**天涯海角**流浪，
每一個夢裡頭都是家鄉的影子。
（摘自（越）阮輝煌：《祖國》，作協出版社，2007 年，第 63 頁）

Dẫu lưu lạc khắp **chân trời góc bể**,
Giấc mơ nào cũng bóng dáng quê hương.

(Trích Tổ quốc, Nguyễn Huy Hoàng, NXB Hội Nhà văn, 2007, trang 63)

天誅地滅／天诛地灭

ㄊㄧㄢ ㄓㄨ ㄉㄧˋ ㄇㄧㄝˋ／tiān zhū dì miè

Trời chu đất diệt

註解：

「誅」、「滅」意思是殺死（杀死）、滅絕（绝）。形容罪惡（恶）深重，為（为）天地所不容。多用來（来）賭咒（赌）或誓言。

Thành ngữ Hán Việt đã được Việt hóa: "chu" và "diệt" nghĩa là giết chết, diệt vong, câu thành ngữ dùng để miêu tả tội lỗi lo lớn khiến trời đất cũng không thể dung thứ. Đa số dùng trong lời rủa hoặc thề hẹn. Trong tiếng Việt, thành ngữ giữ nguyên ý nghĩa và cách dùng, nhưng thay đổi bộ phận âm đọc.

例句：

他曾跟妻兒（儿）發（发）誓，要是再敢犯罪，必遭**天誅地滅**，然而因一時（时）的貪（贪）心，又讓（让）他返回牢裡（里）再關（关）十年。

Anh ta từng thề với vợ con rằng nếu phạm tội lần nữa sẽ bị **trời tru đất diệt**, nhưng rồi chỉ vì lòng tham nhất thời đã khiến anh ta trở lại nhà tù thêm mười năm nữa.

天作之合

ㄊㄧㄢ ㄗㄨㄛˋ ㄓ ㄏㄜˊ／tiān zuò zhī hé

Thiên tác chi hợp

註解：

原樣
漢越
成語

指美滿的婚姻，就好像是上天安排使兩人結合一般，多用來讚美或祝福。

Thành ngữ Hán Việt nguyên dạng: câu thành ngữ chỉ hôn nhân mĩ mãn, như ông trời sắp đặt để kết hợp với nhau, đa số dùng để tán dương hoặc chúc phúc.

例句：

經過十年的愛情長跑，他們舉行了一場十分浪漫的婚禮。新郎帥氣、沉穩，新娘美麗、溫柔，果真是**天作之合**啊！

Trải qua mười năm yêu nhau sâu đậm thì họ đã tổ chức một đám cưới vô cùng lãng mạn. Chú rể tuấn tú, điềm đạm, cô dâu thì xinh đẹp, dịu dàng, quả đúng là **thiên tác chi hợp**.

217

甜言蜜語／甜言蜜语
ㄊㄧㄢˊㄧㄢˊㄇㄧˋㄩˇ／tián yán mì yǔ
Lời ngon tiếng ngọt

註解：

越化
漢越
成語

指甜美動聽的言語，通常是為了討好別人或欺騙別人而說出的話語。

Thành ngữ Hán Việt đã được Việt hóa: thành ngữ tiếng Trung chỉ những lời nói ngọt ngào, dễ nghe, thường chỉ những lời nói ra với mục đích nịnh nọt hoặc lừa phỉnh người khác. Trong tiếng Việt, câu thành ngữ giữ nguyên ý nghĩa và cách dùng, nhưng thay đổi về âm đọc.

例句：

其實在愛情裡，有時候男人的**甜言蜜語**，不過只是隨便說說，女人不要太容易相信。

Thực tế trong tình cảm, những **lời ngon tiếng ngọt** của đàn ông đôi khi chỉ là gió thoảng mây bay, chị em chớ nên dễ dàng tin ngay.

通情達理／通情达理

ㄊㄨㄥ ㄑㄧㄥˊ ㄉㄚˊ ㄌㄧˇ／tōng qíng dá lǐ

Thấu tình đạt lý

註解：

越化
漢越
成語

形容<ruby>語<rt>语</rt></ruby>言<ruby>舉<rt>举</rt></ruby>止通<ruby>徹<rt>彻</rt></ruby>人情，<ruby>說話<rt>说话</rt></ruby>做事合情合理。

Thành ngữ Hán Việt đã được Việt hóa: thành ngữ tiếng Trung chỉ lời nói hành động hợp lòng người, tức nói chuyện làm việc hợp tình hợp lý. Trong tiếng Việt, câu thành ngữ giữ nguyên ý nghĩa và cách dùng, nhưng thay đổi về bộ phận từ tố.

例句：

你<ruby>覺<rt>觉</rt></ruby>得<ruby>這<rt>这</rt></ruby><ruby>問題<rt>问题</rt></ruby>我<ruby>們應該<rt>们应该</rt></ruby>如何<ruby>解決<rt>解决</rt></ruby>才<ruby>會<rt>会</rt></ruby><ruby>顯<rt>显</rt></ruby>得**通情達理**？

Anh thấy vấn đề này chúng ta cần giải quyết thế nào mới **thấu tình đạt lý**?

同床異夢／同床异梦

ㄊㄨㄥˊ ㄔㄨㄤˊ ㄧˋ ㄇㄥˋ／tóng chuáng yì mèng

Đồng sàng dị mộng

註解：

原樣 漢越 成語	睡同一張床，但做不一樣的夢，形容夫妻生活在一起但感情不和，也比喻一起做事卻有不一樣的打算。

Thành ngữ Hán Việt nguyên dạng: nằm ngủ trên cùng một chiếc giường nhưng có giấc mơ không giống nhau, câu thành ngữ miêu tả vợ chồng sống với nhau nhưng không hòa hợp về tình cảm, cũng chỉ những người làm cùng một việc nhưng có hướng đi khác biệt. Trong tiếng Việt đa số dùng để miêu tả tình trạng hôn nhân không còn hạnh phúc.

例句：

在婚姻中，兩個人都要學會接受彼此的優缺點，若有不滿意的地方，應該好好分享、一起解決，否則慢慢會導致**同床異夢**。

Trong hôn nhân, hai người đều cần học cách chấp nhận ưu khuyết điểm của nhau, nếu có gì chưa hài lòng thì nên chia sẻ để cùng nhau giải quyết, nếu không thì sẽ dẫn đến tình trạng **đồng sàng dị mộng**.

同舟共濟／同舟共济

ㄊㄨㄥˊ ㄓㄡ ㄍㄨㄥˋ ㄐㄧˋ／tóng zhōu gòng jì

Cùng hội cùng thuyền

越化
漢越
成語

坐在同一條^条船上，一起過^过河。比喻面對困難時^{对 难时}通力合作、同心協^协力。在越南語^语中有時作為貶義^{贬义}使用。

Thành ngữ Hán Việt đã được Việt hóa: thành ngữ tiếng Trung miêu tả những người ngồi chung trên thuyền cùng nhau vượt qua sông, ẩn dụ sự đồng tâm hiệp lực, giúp đỡ lẫn nhau khi đối mặt với khó khăn. Trong tiếng Việt, câu thành ngữ giữ nguyên ý nghĩa và cách dùng, nhưng thay đổi về âm đọc và bộ phận từ tố, cũng chỉ những người có cùng chung hoàn cảnh, đôi khi dùng theo nghĩa xấu.

例句：

我們必須^须學會^{学 会}互相幫^帮助，**同舟共濟**。

Chúng ta đã là những người **cùng hội cùng thuyền** rồi, phải học cách hỗ trợ lẫn nhau.

同甘共苦

ㄊㄨㄥˊ ㄍㄢ ㄍㄨㄥˋ ㄎㄨˇ ／ tóng gān gòng kǔ

Đồng cam cộng khổ

註解：

原樣
漢越
成語

「甘」與「苦」象徵著幸福和艱難，形容同享安樂，共過苦難。

Thành ngữ Hán Việt nguyên dạng: "cam" và "khổ" có nghĩa là ngọt và đắng, tượng trưng cho hạnh phúc và gian khó. Câu thành ngữ này nghĩa là cùng nhau hưởng thụ hạnh phúc an lạc, cùng nhau trải qua gian nan khốn khó.

例句：

為了維持今天這龐大的家族企業，他們夫妻倆不斷努力奮鬥、**同甘共苦**，至今已十多年了。

Để duy trì được doanh nghiệp gia đình quy mô lớn ngày hôm nay, vợ chồng họ đã không ngừng nỗ lực phấn đấu, **đồng cam cộng khổ** cả chục năm trời.

同心協力／同心协力

ㄊㄨㄥˊ ㄒㄧㄣ ㄒㄧㄝˊ ㄌㄧˋ／tóng xīn xié lì

Đồng tâm hiệp lực

註解：

原樣 漢越 成語

為了達到共同目標而團結一致，一起努力。

Thành ngữ Hán Việt nguyên dạng: câu thành ngữ nghĩa là cùng nhau đoàn kết, nỗ lực để đạt được mục tiêu chung.

例句：

如果全國人民能**同心協力**，我們一定能戰勝這場疫情。

Nếu nhân dân cả nước **đồng tâm hiệp lực**, chúng ta nhất định sẽ chiến thắng đại dịch này.

徒勞無益／徒劳无益

ㄊㄨˊ ㄌㄠˊ ㄨˊ ㄧˋ／tú láo wú yì

Phí công vô ích

形容白費力氣，沒有得到任何利益或成效。

(費 氣 沒)

Thành ngữ Hán Việt đã được Việt hóa: thành ngữ tiếng Trung chỉ sự lãng phí sức lực, không đạt được bất kỳ lợi ích hoặc thành quả nào. Trong tiếng Việt, câu thành ngữ giữ nguyên ý nghĩa và cách dùng, nhưng thay đổi về bộ phận từ tố.

例句：

口罩沒有戴好，對於防疫根本是**徒勞無益**。

(对 于)

Sẽ **phí công vô ích** nếu đeo khẩu trang không đúng cách.

萬不得已／万不得已

ㄨㄢˋ ㄅㄨˋ ㄉㄜˊ ㄧˇ／wàn bù dé yǐ
Vạn bất đắc dĩ

註解：

原樣
漢越
成語

表示無可奈何，不得不這樣做。

Thành ngữ Hán Việt nguyên dạng: câu thành ngữ biểu thị không còn cách nào khác, đành phải làm như vậy. Trong tiếng Việt thường nói là "bất đắc dĩ".

例句：

他平時很不好意思跟別人借錢，這次一定是**萬不得已**才找朋友幫忙，他究竟發生什麼事了呢？

Anh ấy bình thường rất ngại vay tiền của người khác, lần này chắc là **vạn bất đắc dĩ** mới phải nhờ vả bạn bè như vậy, không biết là đã xảy ra chuyện gì?

萬事如意／万事如意

ㄨㄢˋㄕˋㄖㄨˊㄧˋ／ wàn shì rú yì

Vạn sự như ý

註解：

原樣
漢越
成語

凡事都如願以償，多用來祝福。

Thành ngữ Hán Việt nguyên dạng: câu thành ngữ chỉ mọi chuyện đều theo ý nguyện, dùng để chúc phúc.

例句：

敬祝大家新年快樂，**萬事如意**！

Kính chúc mọi người năm mới vui vẻ, **vạn sự như ý**!

亡羊補牢／亡羊补牢

ㄨㄤˊ一ㄤˊㄅㄨˇㄌㄠˊ／wáng yáng bǔ láo

Mất bò mới lo làm chuồng

註解：

丟失了羊就趕快修補羊圈，以免之後其他的羊也被野獸吃掉，比喻犯了錯後及時更改。在越南語，此成語由「羊」改為「牛」，比喻犯了錯誤的人，即使改正也為時已晚，所以用法與原成語有所不同。

Thành ngữ Hán Việt đã được Việt hóa: mất dê thì nhanh chóng sửa chuồng để sau này những con dê khác không bị thú hoang ăn thịt, thành ngữ tiếng Trung dùng để ẩn dụ người sau khi phạm lỗi vẫn kịp thời sửa đổi. Trong tiếng Việt, câu thành ngữ này được thay đổi hình tượng từ "dê" sang "bò", chỉ việc mất bò rồi mới lo đi làm chuồng thì vô ích, ẩn dụ người đã phạm lỗi thì dù có cố gắng sửa đổi vẫn quá muộn, vì vậy có cách dùng khác so với câu thành ngữ gốc.

例句：

漢：雖然做錯了事，但只要能**亡羊補牢**，知錯能改，就仍是個好學生。

Dù đã mắc sai lầm nhưng chúng ta vẫn là những học sinh ngoan, miễn là chúng ta biết kịp thời nhận ra và sửa chữa lỗi lầm của mình.

越：Các ông toàn kiểu **mất bò mới lo làm chuồng**, tôi đã bảo chuẩn bị từ trước mà không nghe.

你們都出錯了才去改正，我早就叫你們提前準備，可是你們都沒聽進去。

227

忘恩負義／忘恩负义

ㄨㄤˋ ㄣ ㄈㄨˋ ㄧˋ／wàng ēn fù yì

Vong ân bội nghĩa

註解：

越化
漢越
成語

受人恩惠不知報^報答，反而做出對^对不起恩人的事情。

Thành ngữ Hán Việt đã được Việt hóa: thành ngữ tiếng Trung chỉ kẻ nhận ơn huệ từ người khác mà không biết báo đáp, lại còn làm ra những việc có lỗi với ân nhân của mình. Trong tiếng Việt, câu thành ngữ giữ nguyên ý nghĩa và cách dùng, nhưng thay đổi về bộ phận từ tố.

例句：

從^从古至今，那些奸詐^诈、**忘恩負義**、背信棄^弃義的人，都沒^没有好下場^场。

Những kẻ tráo trở, **vong ân bội nghĩa**, từ xưa đến nay đều gặp phải những kết cục chẳng mấy tốt đẹp.

威風凜凜／威风凛凛

ㄨㄟ ㄈㄥ ㄌㄧㄣˇ ㄌㄧㄣˇ／wēi fēng lǐn lǐn
Oai phong lẫm liệt

註解：

越化 漢越 成語

形容威武氣概逼人，令人敬畏。

Thành ngữ Hán Việt đã được Việt hóa: thành ngữ tiếng Trung miêu tả người có khí chất phong thái uy nghiêm, oai vệ, khiến ai nấy đều kính nể. Trong tiếng Việt, câu thành ngữ giữ nguyên ý nghĩa và cách dùng, nhưng thay đổi về âm đọc.

例句：

看到穿著軍裝參加國慶閱兵的哥哥，他**威風凜凜**，氣勢十足。

Anh trai tôi trông thật là **oai phong lẫm liệt** trong bộ quân phục tham gia Lễ duyệt binh ngày Quốc khánh.

溫故知新／温故知新

ㄨㄣ ㄍㄨˋ ㄓ ㄒㄧㄣ／ wēn gù zhī xīn

Ôn cố tri tân

原樣
漢越
成語

出自孔子的《論語》，溫習學過的知識，由此得到新的理解，在越南語中也指回顧歷史，以更好地認識現在。

Thành ngữ Hán Việt nguyên dạng: câu thành ngữ có gốc từ "Luận ngữ" của Khổng Tử, ôn lại kiến thức cũ để từ đó có những lí giải, lĩnh hội mới mẻ, cũng chỉ việc nhìn lại lịch sử để nhận thức hiện tại một cách tốt hơn.

國慶日時，全國各地皆會舉辦**溫故知新**活動，回顧國家歷史，以促進國民向心力，不忘建設與保衛國家的義務。

Mỗi dịp Quốc khánh, khắp nơi đều có những hoạt động **ôn cố tri tân**, nhằm duy trì đại đoàn kết dân tộc, tiếp tục làm tốt nghĩa vụ xây dựng và bảo vệ tổ quốc.

文武雙全／文武双全

ㄨㄣˊㄨˇㄕㄨㄤㄑㄩㄢˊ／wén wǔ shuāng quán

Văn võ song toàn

註解：

越化
漢越
成語
指人能文能武，即具備文才和武藝，才能特出。

Thành ngữ Hán Việt đã được Việt hóa: thành ngữ chỉ người giỏi văn lại giỏi võ, tức có tài trên cả lĩnh vực văn chương và võ thuật, chỉ người tài năng xuất chúng hơn người. Trong tiếng Việt, thành ngữ giữ nguyên ý nghĩa và cách dùng, nhưng thay đổi bộ phận âm đọc.

例句：

大家都知道他是一位**文武雙全**的人。

Ai cũng biết anh ấy là một người **văn võ song toàn**.

臥虎藏龍／卧虎藏龙

ㄨㄛˋㄏㄨˇㄘㄤˊㄌㄨㄥˊ／ wò hǔ cáng lóng

Ngọa hổ tàng long

原樣
漢越
成語

像龍和虎一樣勇猛但還在潛伏，指隱藏著未被發現的人才，也
指隱藏不露的人才。

Thành ngữ Hán Việt nguyên dạng: mạnh như hổ và rồng nhưng vẫn đang ẩn
nấp, câu thành ngữ miêu tả người có tài nhưng chưa được phát hiện hoặc chỉ
các nhân tài ẩn dật không muốn lộ thân phận.

例句：

這裡被譽為**臥虎藏龍**之地，為國貢獻的人才輩出。

Đây được coi là vùng đất **ngọa hổ tàng long**, sản sinh ra rất nhiều nhân tài
cống hiến cho đất nước.

232

臥薪嘗膽／卧薪尝胆

ㄨㄛˋㄒㄧㄣㄔㄤˊㄉㄢˇ／wò xīn cháng dǎn
Nằm gai nếm mật

註解：

| 越化
漢越
成語 | 「薪」即柴草，「膽」是苦膽，身^体體臥在柴草中，口嚐^{尝着}著苦膽，比喻刻苦自勵^励，不忘雪恥^耻。 |

Thành ngữ Hán Việt đã được Việt hóa: nằm giữa cỏ gai, nếm trải mật đắng, thành ngữ tiếng Trung ẩn dụ tinh thần chịu đựng, chịu khó để vượt qua khó khăn, thử thách. Trong tiếng Việt, câu thành ngữ giữ nguyên ý nghĩa và cách dùng, nhưng thay đổi về âm đọc.

例句：

在補習班拚重考時，老師說要有**臥薪嘗膽**的精神，才會成功。

Trong lớp học thêm luyện cho kỳ thi lại, thầy giáo nói phải có tinh thần **nằm gai nếm mật** mới có thể thành công.

無窮無盡／无穷无尽

ㄨˊ ㄑㄩㄥˊ ㄨˊ ㄐㄧㄣˋ／wú qióng wú jìn

Vô cùng vô tận

註解：

原樣
漢越
成語

形容永久無限，沒有極限、盡頭。

Thành ngữ Hán Việt nguyên dạng: câu thành ngữ chỉ sự vĩnh cửu vô hạn, không có điểm kết thúc.

例句：

人類的知識**無窮無盡**，不管學了多少也永遠不夠，因此才有前人所言的「活到老，學到老」。

Tri thức nhân loại **vô cùng vô tận**, dù có học bao nhiêu nữa cũng không bao giờ là đủ, thế nên mới có câu "học, học nữa, học mãi".

無緣無故／无缘无故

ㄨˊㄩㄢˊㄨˊㄍㄨˋ／wú yuán wú gù

Vô duyên vô cớ

註解：

原樣
漢越
成語

指毫無緣故或理由而做出的行為。

Thành ngữ Hán Việt nguyên dạng: câu thành ngữ chỉ hành động phát sinh không có bất kỳ duyên cớ hay lí do nào.

例句：

她最近性情失常，下班回到家就**無緣無故**地跟大家發脾氣，真不知如何是好。

Cô ấy gần đây tính khí thất thường, đi làm về đến nhà là **vô duyên vô cớ** cáu gắt với mọi người, thật chẳng biết phải làm sao mới phải.

無名小卒／无名小卒

ㄨˊ ㄇㄧㄥˊ ㄒㄧㄠˇ ㄗㄨˊ／wú míng xiǎo zú

Vô danh tiểu tốt

註解：

原樣
漢越
成語

古時候「卒」指的是小兵，後用來形容社會中沒有名聲和地位的人。

Thành ngữ Hán Việt nguyên dạng: "tốt" thời xưa vốn chỉ tiểu binh sĩ, câu thành ngữ dùng để chỉ người không có danh tiếng và địa vị trong xã hội.

例句：

沒有人敢相信十幾年前還是**無名小卒**的他，今天會成為如此威風凜凜的總經理。

Chẳng ai có thể tin nổi ông ấy từ một kẻ **vô danh tiểu tốt** mười mấy năm trước đã trở thành vị tổng giám đốc oai phong lẫm liệt như hôm nay.

無中生有／无中生有

ㄨˊ ㄓㄨㄥ ㄕㄥ ㄧㄡˇ／wú zhōng shēng yǒu

Ăn không nói có

註解：

越化
漢越
成語

指從「無」捏造出「有」，即本無其事，憑空造作。

Thành ngữ Hán Việt đã được Việt hóa: thành ngữ tiếng Trung chỉ từ "không" mà sinh ra "có", miêu tả hành vi cố tình ngụy tạo những điều vốn không tồn tại. Trong tiếng Việt, câu thành ngữ giữ nguyên ý nghĩa và cách dùng, nhưng được Việt hóa về cấu trúc, từ tố và âm đọc.

例句：

她總喜歡**無中生有**，亂編故事，不要相信她說的話。

Đừng tin những gì chị ấy nói, chị ấy hay đặt điều cho người khác lắm, toàn **ăn không nói có** thôi.

物換星移／物換星移

ㄨˋ ㄏㄨㄢˋ ㄒㄧㄥ ㄧˊ／wù huàn xīng yí

Vật đổi sao dời

註解：

越化
漢越
成語

景物變換、星辰移動，比喻時間的變化、世事的更替。
(變)　　　(動)　　(時間)

Thành ngữ Hán Việt đã được Việt hóa: thành ngữ tiếng Trung chỉ cảnh vật thay đổi, sao trời thì đổi ngôi, ẩn dụ sự biến hóa của thời gian, sự thay đổi của thời cuộc. Trong tiếng Việt, câu thành ngữ giữ nguyên ý nghĩa và cách dùng, nhưng thay đổi về âm đọc.

例句：

閒雲潭影日悠悠，**物換星移**幾度秋。
(閑)(云)　　　　　　　　　(几)

（摘自唐－王勃〈滕王閣序〉）
(阁)

Mây trôi lững lờ in bóng nước, **vật đổi sao dời** đã bao thu.

(trích thơ Vương Bột – Gác Đằng Vương, tạm dịch)

喜新厭舊／喜新厌旧

ㄒㄧˇㄒㄧㄣㄧㄢˋㄐㄧㄡˋ／xǐ xīn yàn jiù

Có mới nới cũ

註解：

越化
漢越
成語

喜歡新的，厭棄舊的，多指對愛情或事物的喜好不專一。

（欢 弃 对 爱 专）

Thành ngữ Hán Việt đã được Việt hóa: thành ngữ tiếng Trung chỉ việc thích cái mới và ghét bỏ cái cũ, đa số dùng để chỉ người không chuyên tâm trong tình cảm hoặc thường thay đổi sở thích với mọi thứ. Trong tiếng Việt, câu thành ngữ giữ nguyên ý nghĩa và cách dùng, nhưng thay đổi về âm đọc.

例句：

大家都知道他向來是個**喜新厭舊**的人，妳還是早一點離開他比較好。

（来 个 还 点 离 开 较）

Ai cũng biết anh ấy là một người luôn **có mới nới cũ**, em nên rời xa anh ấy sớm thì tốt hơn.

239

狹路相逢／狹路相逢

ㄒㄧㄚˊ ㄌㄨˋ ㄒㄧㄤ ㄈㄥˊ／xiá lù xiāng féng

Oan gia ngõ hẹp

越化
漢越
成語

在狹窄的路上相遇，不易避讓，比喻關係不好，甚至彼此仇恨的人相遇。

Thành ngữ Hán Việt đã được Việt hóa: gặp nhau trong con đường nhỏ hẹp, không thể tránh né, thành ngữ tiếng Trung chỉ người với người có mối quan hệ không tốt thậm chí thù hận lẫn nhau nhưng lại chạm mặt nhau. Trong tiếng Việt, câu thành ngữ giữ nguyên ý nghĩa và cách dùng, nhưng thay đổi về âm đọc, từ tố và cấu trúc.

例句：

這兩人素來不合，今天**狹路相逢**，免不了有一番爭執。

Hai người này vốn dĩ chưa từng hợp nhau, hôm nay **oan gia ngõ hẹp** thế nào lại chạm mặt, chắc chắn sẽ xảy ra một số tranh chấp.

先斬後奏／先斬后奏

ㄒㄧㄢ ㄓㄢˇ ㄏㄡˋ ㄗㄡˋ／xiān zhǎn hòu zòu

Tiền trảm hậu tấu

註解：

原樣 漢越 成語

本指封建朝代的臣子，先把人處決後才報告皇帝，後用來形容未先請示就自己做出決定，並處理完畢後才向上級報告。

Thành ngữ Hán Việt nguyên dạng: câu thành ngữ vốn chỉ các quan trong triều đại cũ xử trảm người trước rồi mới tâu vua, về sau dùng để chỉ việc chưa thông qua chỉ thị đã đưa ra quyết định, xử lý xong mới báo với cấp trên. Trong tiếng Việt đôi khi bao hàm nghĩa không tốt.

例句：

在當上老闆之前，最好不要做出**先斬後奏**的事情，因為一旦做錯了就會連累到上級以及整個團隊。

Nhân viên chưa làm sếp thì tốt nhất không nên làm những việc **tiền trảm hậu tấu**, vì nếu làm sai sẽ liên lụy đến cấp trên và cả một tập thể.

相親相愛／相亲相爱

ㄒㄧㄤ ㄑㄧㄣ ㄒㄧㄤ ㄞˋ／xiāng qīn xiāng ài

Tương thân tương ái

原樣
漢越
成語

形容人與人之間關係密切、感情深厚。

Thành ngữ Hán Việt nguyên dạng: câu thành ngữ miêu tả mối quan hệ mật thiết, tình cảm sâu sắc bền chặt giữa người với người.

例句：

在這段艱難的時間裡，只希望我們全家人都能**相親相愛**，一起度過困境。

Trong giai đoạn khó khăn này, chỉ mong cả nhà chúng ta luôn luôn **tương thân tương ái**, cùng nhau vượt qua hoạn nạn.

小題大作／小题大作

ㄒㄧㄠˇ ㄊㄧˊ ㄉㄚˋ ㄗㄨㄛˋ／xiǎo tí dà zuò

Chuyện bé xé ra to

註解：

越化
漢越
成語

原為科舉考試的用語，指以小題目做大文章，後用來比喻人將小事情當作大事情來處理，或故意誇張渲染。

Thành ngữ Hán Việt đã được Việt hóa: thành ngữ tiếng Trung là thuật ngữ trong thi cử ngày trước, chỉ chủ đề nhỏ làm thành bài văn lớn, về sau dùng để ẩn dụ người xử lý việc nhỏ mà làm thành chuyện lớn hoặc cố ý phóng đại, khuếch trương sự việc. Trong tiếng Việt, câu thành ngữ giữ nguyên ý nghĩa và cách dùng, nhưng thay đổi về âm đọc, cấu trúc và số chữ.

例句：

在婚姻生活中，雖然雙方不可能在每件事上都達成共識，但盡量不要**小題大作**。

Trong cuộc sống vợ chồng dù không phải lúc nào hai người cũng đồng ý được với nhau mọi chuyện, nhưng hãy cố gắng đừng để **chuyện bé xé ra to**.

心服口服

ㄒㄧㄣ ㄈㄨˊ ㄎㄡˇ ㄈㄨˊ ／ xīn fú kǒu fú

Tâm phục khẩu phục

註解：

原樣
漢越
成語

心中和口^頭上都信服，形容人做事或^{說 話 讓}其他人相信和敬佩。

心中和口頭上都信服，形容人做事或說話讓其他人相信和敬佩。

Thành ngữ Hán Việt nguyên dạng: trong lòng và ngoài miệng đều tin phục, câu thành ngữ chỉ người có hành động hoặc lời nói khiến người khác vô cùng tin tưởng, kính phục.

例句：

這位女祕書討論問題的時候，總是分析得一針見血，又十分合理，讓大家都**心服口服**，沒有任何反對的意見。

Cô thư ký này mỗi lần thảo luận vấn đề đều phân tích vô cùng sắc bén và hợp lý, khiến cho chúng tôi ai nấy đều **tâm phục khẩu phục**, không có bất kỳ ý kiến phản đối nào.

心如刀割

ㄒㄧㄣ ㄖㄨˊ ㄉㄠ ㄍㄜ／ xīn rú dāo gē

Lòng đau như cắt

越化
漢越
成語

形容內心傷心之極，就像被刀割一樣痛苦。

Thành ngữ Hán Việt đã được Việt hóa: thành ngữ tiếng Trung chỉ trạng thái đau khổ cùng cực trong lòng, như bị dao cắt. Trong tiếng Việt, câu thành ngữ giữ nguyên ý nghĩa và cách dùng, nhưng thay đổi về âm đọc.

例句：

沒電、沒水、沒有食物、房屋被洪水淹沒……當我看到中部鄉村受到暴風雨和洪水襲擊的照片時，**心如刀割**。

Không điện, không nước, không lương thực, nhà cửa ngập chìm trong nước lũ... **lòng** tôi **đau như cắt** khi xem những hình ảnh về vùng quê miền Trung oằn mình vượt qua bão lũ.

凶多吉少

ㄒㄩㄥ ㄉㄨㄛ ㄐㄧˊ ㄕㄠˇ／xiōng duō jí shǎo

Lành ít dữ nhiều

註解：

越化
漢越
成語

不吉利的多，吉利的少，形容事情的形^势不佳。

Thành ngữ Hán Việt đã được Việt hóa: thành ngữ tiếng Trung chỉ nhiều điểm xấu mà ít điểm lành, miêu tả tình hình không được khả quan. Trong tiếng Việt, câu thành ngữ giữ nguyên ý nghĩa và cách dùng, nhưng thay đổi về âm đọc và vị trí từ tố.

例句：

在這個季節航行，只能說是**凶多吉少**，因為不僅有暴風雨，還有潛伏在海上的海盜船，許多危險正等待著。

Ra khơi mùa này **lành ít dữ nhiều**, không chỉ dông bão mà còn những con tàu cướp biển hung dữ rình rập trên biển và rất nhiều hiểm nguy chực chờ.

煙消雲散／烟消云散

ㄧㄢ ㄒㄧㄠ ㄩㄣˊ ㄙㄢˋ／ yān xiāo yún sàn

Tan thành mây khói

註解：

越化
漢越
成語

比喻事物如煙雲般消散得一乾二淨，毫無剩下。
（干　淨　无）

Thành ngữ Hán Việt đã được Việt hóa: thành ngữ tiếng Trung chỉ sự vật sự việc tan ra như mây khói, không còn lại gì. Trong tiếng Việt, câu thành ngữ giữ nguyên ý nghĩa và cách dùng, nhưng thay đổi về âm đọc và cấu trúc.

例句：

我每天都早起到海邊散步、呼吸新鮮空氣，感覺前一天的煩惱都已**煙消雲散**。
（边　鮮 气 觉　烦惱）

Mỗi sáng sớm ra biển chạy bộ và hít thở, tôi cảm thấy mọi phiền muộn từ hôm trước đều đã **tan thành mây khói**.

眼明手快

ㄧㄢˇㄇㄧㄥˊㄕㄡˇㄎㄨㄞˋ／ yǎn míng shǒu kuài

Nhanh mắt nhanh tay

越化
漢越
成語

眼光銳利，動作敏捷，形容能幹、伶俐。

Thành ngữ Hán Việt đã được Việt hóa: thành ngữ tiếng Trung miêu tả mắt nhìn rõ ràng, hành động nhanh chóng, chỉ người lanh lợi, hoạt bát. Trong tiếng Việt, câu thành ngữ giữ nguyên ý nghĩa và cách dùng, nhưng thay đổi về âm đọc và bộ phận từ tố, chỉ người giỏi quan sát và nhanh nhẹn.

例句：

他**眼明手快**地接到了隊友傳過去的籃球。

Nó **nhanh mắt nhanh tay** đỡ được quả bóng từ phía đồng đội ném tới.

眼淚汪汪／眼泪汪汪

ㄧㄢˇ ㄌㄟˋ ㄨㄤ ㄨㄤ／yǎn lèi wāng wāng

Nước mắt lưng tròng

註解：

越化 漢越 成語

形容含淚的樣^樣子。

Thành ngữ Hán Việt đã được Việt hóa: thành ngữ tiếng Trung miêu tả trạng thái rưng rưng nước mắt. Trong tiếng Việt, câu thành ngữ giữ nguyên ý nghĩa và cách dùng, nhưng thay đổi về âm đọc.

例句：

暑假結^结束，小孩們^们回到學^学校的第一天都**眼淚汪汪**。

Sau kỳ nghỉ hè, các cô cậu nhóc tỳ **nước mắt lưng tròng** trong ngày đầu quay lại trường.

洋洋得意

ㄧㄤˊ ㄧㄤˊ ㄉㄜˊ ㄧˋ ／ yáng yáng dé yì

Dương dương đắc ý

原樣
漢越
成語

註解：

形容人過於得意自滿，也說「得意洋洋」、「洋洋自得」。

Thành ngữ Hán Việt nguyên dạng: câu thành ngữ chỉ những người quá đắc ý tự mãn, còn có cách nói đồng nghĩa song song là "dương dương tự đắc".

例句：

他昨天看到對手失敗還**洋洋得意**，今天終於嘗到被別人嘲笑的感覺了。

Hôm qua anh ta nhìn thấy đối thủ thất bại còn **dương dương đắc ý**, hôm nay rốt cục đã phải nếm trải cảm giác bị người ta chê cười là ra sao rồi.

羊入虎口

一尢ˊ ㄖㄨˋ ㄏㄨˇ ㄎㄡˇ／yáng rù hǔ kǒu

Dê chui miệng cọp

羊進入老虎的領^领地，比喻陷入危險^险的境地，必死無^无疑。

Thành ngữ Hán Việt đã được Việt hóa: dê đi vào lãnh địa của cọp, thành ngữ tiếng Trung miêu tả việc bị rơi vào tình thế nguy hiểm, khó có thể trốn thoát. Trong tiếng Việt, câu thành ngữ giữ nguyên ý nghĩa và cách dùng nhưng thay đổi về âm đọc.

例句：

明知對方不懷好意，還一個人去赴約，豈不是**羊入虎口**？

Rõ ràng biết đối phương có ý đồ xấu mà vẫn một mình đến nơi hẹn, chẳng phải như **dê chui miệng cọp** sao?

窈窕淑女

ㄧㄠˇㄊㄧㄠˇㄕㄨˊㄋㄩˇ／yǎo tiǎo shú nǚ

Yểu điệu thục nữ

註解：

原樣
漢越
成語

出自《詩經》，形容姿態美好又有德性的女子，《詩經・關雎》：
「窈窕淑女，君子好逑」。

Thành ngữ Hán Việt nguyên dạng: thành ngữ miêu tả người con gái đẹp và
hiền thục, đức hạnh. Thường có câu nói: yểu điệu thục nữ, quân tử hảo cầu.

例句：

她可稱為**窈窕淑女**，難怪很多人追她。

Cô ấy lúc nào cũng **yểu điệu thục nữ**, cho nên không có gì lạ khi được rất
nhiều người theo đuổi.

耀武揚威／耀武扬威

一ㄠˋㄨˇㄧㄤˊㄨㄟ／ yào wǔ yáng wēi

Diễu võ dương oai

註解：

炫耀武力，顯示威風，比喻喜歡炫耀自己的人，含貶義。

Thành ngữ Hán Việt đã được Việt hóa: thể hiện sức mạnh, uy phong, câu thành ngữ miêu tả những người thích khoe khoang, có hàm ý mỉa mai, phê phán. Trong tiếng Việt, thành ngữ giữ nguyên ý nghĩa và cách dùng, nhưng thay đổi bộ phận âm đọc.

例句：

他總是在別人面前**耀武揚威**，實際上並沒有什麼才能。

Anh ta chỉ hay thích **diễu võ dương oai** trước mặt người khác chứ thực ra không có tài năng gì.

葉落歸根／叶落归根
一ㄝˋ ㄌㄨㄛˋ ㄍㄨㄟ ㄍㄣ／ yè luò guī gēn
Lá rụng về cội

越化
漢越
成語

樹葉掉下後，落回根處，比喻事物最終都會返回本源，多指離鄉背井的人，最終總會想要回歸出生的故土。

Thành ngữ Hán Việt đã được Việt hóa: thành ngữ tiếng Trung miêu tả lá rụng xuống gốc cây, ẩn dụ vạn sự cuối cùng đều trở về với nguyên bản, đa số chỉ những người xa quê dù đi đâu cũng đều muốn trở về nơi chôn rau cắt rốn. Trong tiếng Việt, câu thành ngữ giữ nguyên ý nghĩa và cách dùng, nhưng thay đổi về âm đọc.

例句：

父親常對我們說，無論年輕的時候去哪裡、做什麼，老了都要回到家鄉，**葉落歸根**。

Ba tôi thường bảo chúng tôi rằng lúc trẻ dù đi đâu, làm gì cũng được nhưng khi già phải trở về quê hương, như **lá rụng về cội**.

用武之地

ㄩㄥˋ ㄨˇ ㄓ ㄉㄧˋ ／ yòng wǔ zhī dì

Có đất dụng võ

註解：

越化
漢越
成語

原為「英雄無用武之地」，指有才能的人沒有施展的機會，「用武之地」單獨使用時，形容利於作戰的地方，或比喻人有施展才能的場所或機會。

Thành ngữ Hán Việt đã được Việt hóa: thành ngữ tiếng Trung vốn chỉ "anh hùng không có đất dụng võ", nghĩa là những người có tài nhưng không có cơ hội thể hiện khả năng của mình, "có đất dụng võ" khi dùng riêng thì chỉ địa điểm thuận lợi để tác chiến hoặc chỉ người có cơ hội hoặc địa điểm để thể hiện năng lực của mình. Trong tiếng Việt, câu thành ngữ giữ nguyên ý nghĩa và cách dùng, nhưng thay đổi về âm đọc

例句：

我覺得你是個有才華的人，可惜你在這家公司裡沒有**用武之地**。

Tôi thấy cậu là người tài năng, nhưng tiếc là trong công ty này cậu không **có đất dụng võ**.

憂心如焚／忧心如焚

ーヌ ㄒㄧㄣ ㄖㄨˊ ㄈㄣˊ／yōu xīn rú fén

Lòng như lửa đốt

註解：

越化
漢越
成語

形容內心十分憂鬱與焦急，如火在焚燒。

Thành ngữ Hán Việt đã được Việt hóa: thành ngữ tiếng Trung miêu tả trạng thái lo lắng bất an tột độ, như bị lửa thiêu đốt. Trong tiếng Việt, câu thành ngữ giữ nguyên ý nghĩa và cách dùng, nhưng thay đổi về âm đọc.

例句：

老師打電話來告知女兒在上課時突然暈倒，媽媽**憂心如焚**地趕往學校。

Cô giáo gọi điện báo tin con gái bỗng nhiên ngất xỉu ở trường, trên đường tới trường mà **lòng mẹ như lửa đốt**.

有條有理／有条有理

ㄧㄡˇㄊㄧㄠˊㄧㄡˇㄌㄧˇ／yǒu tiáo yǒu lǐ

Có tình có lí

註解：

越化
漢越
成語

指人做事或說話層次清楚，條理分明，有次序，毫無雜亂。在越南語中，也指合情合理、處事公平。

Thành ngữ Hán Việt đã được Việt hóa: thành ngữ tiếng Trung chỉ cách làm việc hoặc lời nói rõ ràng, hợp lý, không lộn xộn. Trong tiếng Việt, câu thành ngữ giữ nguyên ý nghĩa và cách dùng, nhưng thay đổi về âm đọc và bộ phận từ tố, đổi "điều" thành "tình", nên cũng chỉ những người xử lý mọi chuyện một cách cân bằng, công bằng giữa tình và lí.

例句：

無論你說什麼都要**有條有理**，這樣我們才能心服口服。

Anh nói gì cũng cần phải **có tình có lý**, như vậy chúng tôi mới có thể tâm phục khẩu phục được.

257

有名無實／有名无实

ㄧㄡˇㄇㄧㄥˊㄨˊㄕˊ／yǒu míng wú shí

Hữu danh vô thực

原樣
漢越
成語

形容實力不符合所流<ruby>傳<rt>传</rt></ruby>的名<ruby>聲<rt>声</rt></ruby>。

Thành ngữ Hán Việt nguyên dạng: câu thành ngữ miêu tả khả năng thực tế không như danh tiếng được lưu truyền.

例句：

被<ruby>稱<rt>称</rt></ruby><ruby>為<rt>为</rt></ruby>「神<ruby>醫<rt>医</rt></ruby>」的<ruby>這<rt>这</rt></ruby>位先生，<ruby>實<rt>实</rt></ruby><ruby>際<rt>际</rt></ruby>上完全<ruby>沒<rt>没</rt></ruby>有<ruby>醫<rt>医</rt></ruby><ruby>師<rt>师</rt></ruby><ruby>執<rt>执</rt></ruby>照，<ruby>這<rt>这</rt></ruby>就是所<ruby>謂<rt>谓</rt></ruby>的**有名無實**。

Người đàn ông được gọi là "Thần y" này trên thực tế hoàn toàn không có bằng cấp về y học, đây được gọi là **hữu danh vô thực.**

有求必應／有求必应

ㄧㄡˇㄑㄧㄡˊㄅㄧˋㄧㄥˋ／ yǒu qiú bì yìng

Cầu gì được nấy

註解：

越化
漢越
成語

無論請求何事，都能得到答應，指如願以償。
(无 论 请 ... 愿 偿)

Thành ngữ Hán Việt đã được Việt hóa: câu thành ngữ tiếng Trung chỉ bất kể mong cầu điều gì thì đều có thể đạt được. Trong tiếng Việt, câu thành ngữ giữ nguyên ý nghĩa và cách dùng, nhưng thay đổi về âm đọc, còn có cách nói "muốn gì được nấy".

例句：

我的父母很疼我，對我一向**有求必應**。
(对)

Bố mẹ rất yêu thương và luôn đáp ứng mọi nhu cầu **muốn gì được nấy** của tôi.

有始有終／有始有终

ㄧㄡˇㄕˇㄧㄡˇㄓㄨㄥ／ yǒu shǐ yǒu zhōng

Có đầu có cuối

越化
漢越
成語

形容做事有開頭、有結尾，貫徹到底。

Thành ngữ Hán Việt đã được Việt hóa: thành ngữ tiếng Trung miêu tả làm việc có mở đầu, có kết thúc, quán xuyến chặt chẽ từ đầu đến cuối. Trong tiếng Việt, câu thành ngữ giữ nguyên ý nghĩa và cách dùng, nhưng thay đổi về âm đọc, thường chỉ người chu đáo, biết đối nhân xử thế, có trước có sau.

例句：

爸爸叮嚀兒子：無論求學或處事都要努力做到**有始有終**，千萬不可半途而廢。

Bố dặn con trai: Dù là học hành hay làm việc gì con cũng phải cố gắng làm cho **có đầu có cuối**, đừng bao giờ bỏ cuộc giữa chừng.

有眼無珠／有眼无珠

一ヌˇ一ㄢˇㄨˊㄓㄨ／ yǒu yǎn wú zhū

Có mắt như mù

註解：

越化
漢越
成語

有眼睛卻看不見，比喻缺乏辨別是非、好壞的能力。

Thành ngữ Hán Việt đã được Việt hóa: thành ngữ tiếng Trung chỉ có mắt mà nhìn không thấy, cũng dùng để ẩn dụ người không có năng lực phân biệt đúng sai, tốt xấu. Trong tiếng Việt, câu thành ngữ giữ nguyên ý nghĩa và cách dùng, nhưng thay đổi về âm đọc.

例句：

在《西遊記》中，唐僧被稱為**有眼無珠**的人，因為他常分辨不出好人和壞人。

Trong Tây Du Ký có nhân vật Đường Tăng bị gọi là **có mắt như mù**, vì thường không phân biệt được đâu là người tốt và kẻ xấu.

有志竟成

ー又ˇ ㄓˋ ㄐ一ㄥˋ ㄔㄥˊ ／ yǒu zhì jìng chéng

Có chí thì nên

註解：

| 越化 漢越 成語 | 原為「有志者事竟成」，形容人只要有決^決心和意志，任何事情都能得到成功。 |

Thành ngữ Hán Việt đã được Việt hóa: thành ngữ tiếng Trung nghĩa là con người chỉ cần có quyết tâm và ý chí thì làm việc gì cũng sẽ đạt được thành công. Trong tiếng Việt, câu thành ngữ giữ nguyên ý nghĩa và cách dùng, nhưng thay đổi về âm đọc.

例句：

各位前輩^輩常說^说**有志竟成**，做任何事情都必須^须堅^坚持努力才能得到成功。

Các bậc tiền bối vẫn thường nói **có chí thì nên**, làm việc gì cũng cần kiên trì và nỗ lực mới đạt được thành công.

一帆風順／一帆风顺

ー ㄈㄢˊ ㄈㄥ ㄕㄨㄣˋ ／ yī fán fēng shùn

Thuận buồm xuôi gió

註解：

越化 漢越 成語

船張^張滿^滿帆，順風而行，比喻做事順利，無^无阻礙^碍。

Thành ngữ Hán Việt đã được Việt hóa: thành ngữ tiếng Trung miêu tả thuyền căng buồm thuận gió ra khơi, ẩn dụ làm việc thuận lợi, không gặp trở ngại. Trong tiếng Việt, câu thành ngữ giữ nguyên ý nghĩa và cách dùng, nhưng thay đổi về âm đọc và bộ phận từ tố.

例句：

人生很長^长，豈^岂有人時時^时都能**一帆風順**。

Cuộc đời rất dài, làm gì có ai lúc nào cũng **thuận buồm xuôi gió**.

一箭雙鵰／一箭双鵰

ㄧㄐㄧㄢˋㄕㄨㄤㄉㄧㄠ／yī jiàn shuāng diāo

Một mũi tên trúng hai đích

越化
漢越
成語

一箭射中兩鵰，指射箭技術高超，後比喻一次行動可以達到兩個目標，一舉兩得。

Thành ngữ Hán Việt đã được Việt hóa: một mũi tên mà bắn được hai con chim, câu thành ngữ tiếng Trung vốn chỉ kỹ thuật bắn cung cao cường, sau này dùng để ẩn dụ một hành động mà đồng thời đạt được hai mục tiêu, giống với câu "nhất cử lưỡng tiện". Trong tiếng Việt, câu thành ngữ giữ nguyên ý nghĩa và cách dùng, nhưng thay đổi về âm đọc, số chữ và bộ phận từ tố.

例句：

我們討論了很久，終於提出了一個**一箭雙鵰**的辦法，以解決所有問題。

Chúng tôi đã thảo luận rất lâu, cuối cùng thì cũng đưa ra được một giải pháp **"một mũi tên trúng hai đích"** để có thể giải quyết mọi vấn đề.

一舉兩得／一举两得

ー ㄐㄩˇ ㄌㄧㄤˇ ㄉㄜˊ／yī jǔ liǎng dé

Nhất cử lưỡng tiện

註解：

原樣
漢越
成語

如同「一箭雙鵰」，指做一件事情同時得到兩方面的好處。

Thành ngữ Hán Việt nguyên dạng: giống với câu "một mũi tên trúng hai đích", câu thành ngữ miêu tả làm một việc mà đạt được lợi ích từ hai phía.

例句：

參加這次國際研討會，不僅讓我得到新的學術資訊，還認識了來自各地的許多專家學者，真是**一舉兩得**。

Tham gia hội thảo quốc tế lần này không chỉ giúp tôi có thêm nhiều thông tin học thuật mới mà còn được biết thêm nhiều chuyên gia, học giả từ khắp nơi trên thế giới, thật là **nhất cử lưỡng tiện**.

一舉一動／一举一动

一ㄐㄩˇ一ㄉㄨㄥˋ／yī jǔ yī dòng

Nhất cử nhất động

註解：

> 原樣
> 漢越
> 成語

指人的每個舉止、每個動作。

Thành ngữ Hán Việt nguyên dạng: câu thành ngữ miêu tả từng cử chỉ, hành động của con người.

例句：

當你喜歡一個人，他的**一舉一動**都會吸引到你。然而，當你不喜歡他了，不管他做什麼，都不會引起你的注意。

Khi thích một ai đó, **nhất cử nhất động** của họ đều thu hút bạn, nhưng khi không thích nữa rồi thì dù họ có làm gì đi chăng nữa cũng chẳng thể khiến bạn chú ý.

一路平安

ㄧ ㄌㄨˋ ㄆㄧㄥˊ ㄢ／ yī lù píng ān

Thượng lộ bình an

越化 漢越 成語

指旅途順(順)利、安全，常用來祝福遠(遠)行的人。

Thành ngữ Hán Việt đã được Việt hóa: thành ngữ tiếng Trung chỉ đường đi, lộ trình thuận lợi, an toàn, thường dùng để chúc phúc cho người xuất hành đi xa. Trong tiếng Việt, câu thành ngữ giữ nguyên ý nghĩa và cách dùng, nhưng thay đổi về bộ phận từ tố.

例句：

祝你**一路平安**，在異(異)國(國)他鄉(鄉)都好運(運)！

Chúc bạn **thượng lộ bình an**, gặp nhiều may mắn nơi đất khách quê người!

267

一生一世

ー ㄕㄥ ー ㄕˋ ／ yī shēng yī shì

Một đời một kiếp

越化
漢越
成語

整整一個人生、一個世代，形容一輩子。

Thành ngữ Hán Việt đã được Việt hóa: thành ngữ tiếng Trung chỉ một cuộc đời, một kiếp sống. Trong tiếng Việt, câu thành ngữ giữ nguyên ý nghĩa và cách dùng, nhưng thay đổi về âm đọc, thường dùng diễn tả tình cảm với người yêu hoặc bạn đời.

例句：

他曾向我發誓要愛我**一生一世**，沒想到才過了幾年就變心，愛上別的女人。

Anh ta từng thề sẽ yêu tôi trọn **một đời một kiếp**, vậy mà chẳng ngờ vài năm sau đã thay lòng đổi dạ, yêu một người phụ nữ khác.

一手遮天

ー ㄕㄡˇ ㄓㄜ ㄊㄧㄢ／yī shǒu zhē tiān

Một tay che trời

越化
漢越
成語

利用權^权力、玩弄手段，瞞^瞒上欺下。

Thành ngữ Hán Việt đã được Việt hóa: thành ngữ tiếng Trung chỉ việc lợi dụng quyền lực, giở trò thủ đoạn để lừa gạt người khác. Trong tiếng Việt, câu thành ngữ giữ nguyên ý nghĩa và cách dùng nhưng thay đổi về âm đọc.

例句：

此事許^许多人皆可見證^{见证}，豈^岂容他**一手遮天**，瞞上欺下！

Chuyện này rất nhiều người đều biết, làm sao anh ta có thể dùng **một tay che trời** lừa gạt hết thiên hạ được!

一心一意

一ㄒㄧㄣ一一ˋ／yī xīn yī yì

Một lòng một dạ

| 越化
漢越
成語 | 如同「全心全意」，形容心意專一，毫無他念。 |

（専）（无）

Thành ngữ Hán Việt đã được Việt hóa: câu thành ngữ tiếng Trung giống với câu "toàn tâm toàn ý", chỉ chuyên tâm vào một thứ, không vương vấn điều gì khác. Trong tiếng Việt, câu thành ngữ giữ nguyên ý nghĩa và cách dùng, nhưng thay đổi về âm đọc, thường dùng trong biểu đạt sự trung thành hoặc chung thủy trong tình cảm, tình yêu.

例句：

夫妻彼此之間需要真誠和**一心一意**，才能培育出美滿的婚姻。

（間）（誠）（滿）

Vợ chồng cần chân thành **một lòng một dạ** vì nhau để vun đắp hôn nhân hạnh phúc.

遺臭萬年／遗臭万年

ー´ ㄔㄡˋ ㄨㄢˋ ㄋㄧㄢˊ／yí chòu wàn nián

Tiếng xấu để đời

註解：

越化
漢越
成語

形容惡名永傳後代，被人不停地唾罵。

Thành ngữ Hán Việt đã được Việt hóa: thành ngữ tiếng Trung chỉ tiếng xấu lưu lại cho thế hệ sau, khiến người đời không ngừng chê bai, thóa mạ. Trong tiếng Việt, câu thành ngữ giữ nguyên ý nghĩa và cách dùng, nhưng thay đổi về âm đọc, cấu trúc và bộ phận từ tố.

例句：

他罪大惡極，肯定會**遺臭萬年**。

Hắn đã gây ra tội lỗi độc ác và chắc chắn sẽ bị **tiếng xấu để đời**.

移山填海

一ˊ ㄕㄢ ㄊㄧㄢˊ ㄏㄞˇ ／ yí shān tián hǎi

Dời núi lấp biển

註解：

越化
漢越
成語

移動山丘、填平大海，原指傳說中仙人的法力高超，後比喻人
類征服自然的力量，也形容極度艱苦困難。

Thành ngữ Hán Việt đã được Việt hóa: thành ngữ tiếng Trung vốn chỉ việc
di chuyển núi cao, lấp điền biển lớn, miêu tả pháp thuật cao siêu của các vị
thần tiên trong truyền thuyết, về sau dùng để ẩn dụ sức mạnh phi thường của
con người khi chinh phục thiên nhiên, cũng chỉ sự gian khổ khó khăn cực độ.
Trong tiếng Việt, câu thành ngữ giữ nguyên ý nghĩa và cách dùng, nhưng thay
đổi về âm đọc.

例句：

只要堅持不放棄，就算是遇到**移山填海**之難，最後也會成功。

Chỉ cần bạn kiên trì, không bỏ cuộc thì ngay cả gặp khó khăn như **dời núi lấp
biển**, cuối cùng bạn cũng sẽ thành công.

272

以和為貴／以和为贵

ㄧˇ ㄏㄜˊ ㄨㄟˊ ㄍㄨㄟˋ ／ yǐ hé wéi guì

Dĩ hòa vi quý

原樣
漢越
成語

以和諧的態度對待別人，並作為尊貴的原則。形容將人際和諧作為最高處世原則，並加以實踐。在越南語中，有時作為諷刺使用。

Thành ngữ Hán Việt nguyên dạng: câu thành ngữ chỉ đối đãi với người khác bằng thái độ hòa nhã, và coi đó là điều đáng quý. Trong tiếng Việt hiện đại được dùng để chỉ thái độ, tính cách nhưng đôi khi lại mang ý mỉa mai khi nói về một người nào đó.

例句：

他做事一向秉持**以和為貴**的態度，很怕得罪別人，並以為這是好的方法，但實際上事情沒有那麼簡單。

Anh ấy xưa nay làm việc đều giữ thái độ **dĩ hòa vi quý**, rất sợ làm mất lòng người khác, và cho rằng đó là cách tốt, nhưng thực tế thì không phải lúc nào cũng đơn giản như vậy.

以毒攻毒

ㄧˇ ㄉㄨˊ ㄍㄨㄥ ㄉㄨˊ／yǐ dú gōng dú

Lấy độc trị độc

註解：

越化 漢越 成語	原指用毒<ruby>藥<rt>药</rt></ruby><ruby>來<rt>来</rt></ruby>治毒<ruby>瘡<rt>疮</rt></ruby>等疾病，<ruby>後<rt>后</rt></ruby>用來比喻利用<ruby>壞<rt>坏</rt></ruby>人、壞事或狠毒的手段來<ruby>對<rt>对</rt></ruby>付狠毒的手段或人。

Thành ngữ Hán Việt đã được Việt hóa: thành ngữ tiếng Trung vốn có nghĩa là dùng thuốc độc để trị các bệnh độc, tức là các loại bệnh nan y, về sau dùng để ẩn dụ việc lợi dụng người xấu, việc xấu, tức các thủ đoạn hiểm độc để đối phó với những thủ đoạn hoặc người có tâm địa hiểm độc khác. Trong tiếng Việt, câu thành ngữ giữ nguyên ý nghĩa và cách dùng, nhưng thay đổi về bộ phận âm đọc và từ tố.

例句：

面對<ruby>強<rt>强</rt></ruby>大的<ruby>敵<rt>敌</rt></ruby>人，除了**以毒攻毒**之外，<ruby>沒<rt>没</rt></ruby>有更好的方法。

Đối diện với một kẻ thù lớn mạnh, ngoài cách **lấy độc trị độc** ra, chắc không có phương pháp nào tốt hơn.

以貌取人

ㄧˇㄇㄠˋㄑㄩˇㄖㄣˊ／yǐ mào qǔ rén

Nhìn mặt bắt hình dong

註解：

越化
漢越
成語

憑著容貌來評斷人的本質或作為選取人才的標準。
(凭着 / 来评断 / 质 / 为选 / 标准)

Thành ngữ Hán Việt đã được Việt hóa: thành ngữ tiếng Trung miêu tả chỉ dựa vào diện mạo bên ngoài mà phán xét phẩm chất của người khác hoặc lấy đó làm tiêu chuẩn để lựa chọn nhân tài. Trong tiếng Việt, câu thành ngữ giữ nguyên ý nghĩa và cách dùng, nhưng thay đổi về âm đọc và số chữ.

例句：

我們想要真正了解一個人，就不能只是**以貌取人**，而是要從本質上去評斷這個人的人格。
(们 / 个 / 从 / 这)

Nếu muốn thực sự hiểu một người, chúng ta không thể chỉ **nhìn mặt bắt hình dong**, mà phải đánh giá nhân cách của người đó từ bản chất.

飲水思源／饮水思源

ㄧㄣˇㄕㄨㄟˇㄙㄩㄢˊ／yǐn shuǐ sī yuán

Uống nước nhớ nguồn

註解：

越化 漢越 成語

喝水時想起水的源頭是從哪裡來的，比喻不忘本。

Thành ngữ Hán Việt đã được Việt hóa: thành ngữ tiếng Trung nghĩa là khi uống nước thì nhớ đến nguồn nước từ đâu mà ra, ẩn dụ không quên nguồn gốc ban đầu. Trong tiếng Việt, câu thành ngữ giữ nguyên ý nghĩa và cách dùng, nhưng thay đổi về âm đọc.

例句：

飲水思源是做人的基本道理。

Uống nước nhớ nguồn là phẩm chất cơ bản trong đạo làm người.

意在言外

ㄧˋ ㄗㄞˋ ㄧㄢˊ ㄨㄞˋ／ yì zài yán wài

Ý tại ngôn ngoại

註解：

原樣
漢越
成語

指真正含意表示在言^语語或文字之外，讓^让人自己去思考和體^{体会}會。

Thành ngữ Hán Việt nguyên dạng: câu thành ngữ chỉ hàm ý thực sự nằm ngoài lời nói hoặc chữ viết, khiến cho người khác phải tự mình suy nghĩ và lĩnh hội.

例句：

她剛^刚剛說^说的話^话是在讚揚^{赞扬}我，還^还是**意在言外**呢？

Lời cô ấy vừa nói là đang khen ngợi tôi, hay là còn có **ý tại ngôn ngoại** gì đây?

易如反掌

ㄧˋ ㄖㄨˊ ㄈㄢˇ ㄓㄤˇ ／ yì rú fǎn zhǎng

Dễ như trở bàn tay

註解：

| 越化 漢越 成語 |

像翻轉手掌一樣地容易，比喻事情很容易做到。

Thành ngữ Hán Việt đã được Việt hóa: thành ngữ tiếng Trung miêu tả làm việc dễ dàng như thể úp, ngửa bàn tay vậy. Trong tiếng Việt, câu thành ngữ giữ nguyên ý nghĩa và cách dùng, nhưng thay đổi về âm đọc và số chữ.

例句：

讓我教你幾個做這道菜的小竅門，照著做，你會發現簡直**易如反掌**。

Để mình hướng dẫn cho bạn mấy mẹo nhỏ nấu món này, bạn cứ làm theo nhé, sẽ thấy nó **dễ như trở bàn tay**.

陰謀詭計／阴谋诡计
一ㄣ ㄇㄡˊ ㄍㄨㄟˇ ㄐㄧˋ／yīn móu guǐ jì
Âm mưu quỷ kế

原樣
漢越
成語

形容以壞計謀來陷害別人。

Thành ngữ Hán Việt nguyên dạng: câu thành ngữ chỉ việc dùng mưu kế xấu xa để hãm hại người khác.

例句：

疫情期間出現很多壞人用**陰謀詭計**來詐騙，大家都要小心提防，避免上當。

Trong lúc dịch bệnh xuất hiện rất nhiều kẻ xấu dùng **âm mưu quỷ kế** để lừa đảo, mọi người đều phải cẩn thận đề phòng, tránh rơi vào bẫy.

隱姓埋名／隐姓埋名

ㄧㄣˇ ㄒㄧㄥˋ ㄇㄞˊ ㄇㄧㄥˊ／yǐn xìng mái míng

Mai danh ẩn tích

註解：

| 越化 漢越 成語 | 隱瞞自己的真實姓名，不想讓別人知道。 |

Thành ngữ Hán Việt đã được Việt hóa: thành ngữ tiếng Trung chỉ người cố tình che giấu tên tuổi hoặc thân phận của bản thân, không muốn để người ta biết đến. Trong tiếng Việt, câu thành ngữ giữ nguyên ý nghĩa và cách dùng, nhưng thay đổi về âm đọc và bộ phận từ tố, thay "tính" bằng "tích", nên thường chỉ những người thích ở ẩn, không muốn lộ diện trước đám đông.

例句：

在那次創傷事件之後，他選擇了**隱姓埋名**的生活，沒有人知道他去了哪裡。

Sau sự kiện đau buồn đó, anh ấy chọn cuộc sống **mai danh ẩn tích**, không ai biết anh ấy đi đâu cả.

欲速不達／欲速不达

ㄩˋ ㄙㄨˋ ㄅㄨˋ ㄉㄚˊ／yù sù bù dá

Dục tốc bất đạt

註解：

原樣
漢越
成語

出自孔子的《論語》，形容想要求快，反而不能達到目的。

Thành ngữ Hán Việt nguyên dạng: câu thành ngữ có gốc từ "Luận ngữ" của Khổng Tử, chỉ người làm việc mà cứ muốn nhanh thành công thì rất khó đạt được mục tiêu.

例句：

減肥是一個**欲速不達**的過程，要有長期的計畫及堅定的決心，更重要的是個人的耐力與毅力。

Giảm cân là một quá trình **dục tốc bất đạt**, phải có kế hoạch dài hơi, quyết tâm vững vàng, quan trọng hơn là bản thân phải kiên trì và nghị lực.

遠走高飛／远走高飞

ㄩㄢˇ ㄗㄡˇ ㄍㄠ ㄈㄟ／ yuǎn zǒu gāo fēi

Cao chạy xa bay

註解：

越化
漢越
成語

指人因某緣故而離開某地，奔往他方。在越南語中，此成語保留其原有含義和用法，但通常指那些犯罪後跑得無影無蹤的人。

Thành ngữ Hán Việt đã được Việt hóa: câu thành ngữ tiếng Trung chỉ người vì một nguyên cớ nào đó mà rời khỏi nơi đang ở để bỏ đến nơi khác. Trong tiếng Việt, câu thành ngữ giữ nguyên ý nghĩa và cách dùng, nhưng thay đổi về bộ phận âm đọc và vị trí của từ tố, thường chỉ những kẻ có hành vi không tốt, bỏ trốn không để lại dấu vết.

例句：

漢：她現在只想**遠走高飛**，離開這個傷心地。

Cô ấy chỉ muốn **đi thật xa**, rời khỏi cái nơi đã làm cho cô ấy buồn khổ.

越：Mọi người đều đợi anh ta xuất hiện để giải quyết vấn đề, nhưng anh ta đã sớm **cao chạy xa bay** từ lâu rồi.

大家都在等著他出面解決問題，他卻早已**遠走高飛**。

自高自大

ㄗˋ ㄍㄠ ㄗˋ ㄉㄚˋ ／ zì gāo zì dà

Tự cao tự đại

註解：

原樣
漢越
成語

形容人過於高傲，總以為自己比其他人優秀。

Thành ngữ Hán Việt nguyên dạng: câu thành ngữ chỉ người quá cao ngạo, tự cho mình là giỏi hơn người khác.

例句：

她雖然是千金小姐，但並不**自高自大**，所以得到許多朋友和同事的喜愛。

Tuy cô ấy là thiên kim tiểu thư nhưng lại không **tự cao tự đại**, được rất nhiều bạn bè và đồng nghiệp yêu quý.

自力更生

ㄗˋ ㄌㄧˋ ㄍㄥˋ ㄕㄥ／ zì lì gèng shēng

Tự lực cánh sinh

原樣
漢越
成語

以自己的力量經營生計、興建事業。

Thành ngữ Hán Việt nguyên dạng: câu thành ngữ chỉ người dựa vào sức lực của bản thân để ổn định cuộc sống, xây dựng sự nghiệp.

例句：

生活在異國他鄉的人都該有**自力更生**的精神，才能適應陌生的環境。

Những người sống ở nước ngoài đều phải có tinh thần **tự lực cánh sinh**, như vậy mới có thể thích nghi được với môi trường mới.

自由自在

ㄗˋ ㄧㄡˊ ㄗˋ ㄗㄞˋ ／ zì yóu zì zài

Tự do tự tại

原樣
漢越
成語

形容安閒舒適的樣子，不受任何束縛或控制。

(閒→闲 適→适 樣→样 縛→缚)

Thành ngữ Hán Việt nguyên dạng: câu thành ngữ miêu tả trạng thái thoải mái, không chịu bất kỳ sự gò bó hoặc khống chế nào.

例句：

一個人生活雖然孤單，但**自由自在**，可以做自己喜歡的事，不用去問任何人的意見。

(個→个 雖→虽 單→单 歡→欢 問→问 見→见)

Sống một mình dù cô đơn nhưng **tự do tự tại**, được làm những gì mà mình thích, không cần phải đi xin phép một ai.

走馬看花／走马看花

ㄗㄡˇㄇㄚˇㄎㄢˋㄏㄨㄚ／zǒu mǎ kàn huā

Cưỡi ngựa xem hoa

越化
漢越
成語

亦說「走馬觀^說花」，比喻粗略、匆忙地看過，不能仔^細地觀^觀察^察或深入地了解事物。

Thành ngữ Hán Việt đã được Việt hóa: thành ngữ tiếng Trung thể hiện sự qua loa, sơ sài, không tỉ mỉ quan sát hoặc tìm hiểu sâu về sự vật sự việc. Trong tiếng Việt, câu thành ngữ giữ nguyên ý nghĩa và cách dùng, nhưng thay đổi về âm đọc.

我雖^雖然去過^過越南幾^幾次，但都只是**走馬看花**，未曾深入了解那邊^邊居民的生活。

Mặc dù tôi đã đến Việt Nam vài lần nhưng lần nào cũng chỉ như **cưỡi ngựa xem hoa**, chưa tìm hiểu được sâu hơn về cuộc sống của người dân nơi đây.

足智多謀／足智多谋

ㄗㄨˊ ㄓˋ ㄉㄨㄛ ㄇㄡˊ ／ zú zhì duō móu

Túc trí đa mưu

註解：

原樣
漢越
成語

充足的智慧、甚多的謀略，形容人聰明能幹。

Thành ngữ Hán Việt nguyên dạng: "túc trí" nghĩa là trí tuệ dồi dào, "đa mưu" là nhiều mưu lược, kế sách. Câu thành ngữ dùng để chỉ những người thông minh, tài giỏi.

例句：

他是**足智多謀**的人，公司裡遇到難題的同仁都會找他幫忙。

Ông ấy là người **túc trí đa mưu**, các đồng nghiệp trong công ty gặp phải vấn đề nan giải đều nhờ ông ấy giúp đỡ.

尊師重道／尊师重道

ㄗㄨㄣ ㄕ ㄓㄨㄥˋ ㄉㄠˋ／zūn shī zhòng dào

Tôn sư trọng đạo

註解：

原樣 漢越 成語

尊敬授^业業的師^长長，尊重所被^传傳授的道理、知^识識。

Thành ngữ Hán Việt nguyên dạng: câu thành ngữ chỉ sự tôn kính thày cô, tôn trọng những đạo lý, tri thức được truyền thụ.

例句：

每年十一月二十日是越南的教師^节節，^当當天^会會^为為全^国國教師^举舉^办辦許多有意^义義的活^动動，以弘^扬揚民族**尊師重道**的悠久^{传统}傳統文化。

Ngày 20 tháng 11 hàng năm được gọi là Ngày Nhà giáo của Việt Nam, vào dịp này sẽ có rất nhiều các hoạt động ý nghĩa dành cho các giáo viên trên toàn quốc, nhằm phát huy truyền thống văn hóa **tôn sư trọng đạo** lâu đời của dân tộc.

坐立不安

ㄗㄨㄛˋ ㄌㄧˋ ㄅㄨˋ ㄢ／zuò lì bù ān

Đứng ngồi không yên

註解：

越化
漢越
成語

坐著還是站著都感到著急，指心神不寧的狀態。

Thành ngữ Hán Việt đã được Việt hóa: thành ngữ tiếng Trung miêu tả trạng thái bất an, ngồi hay đứng đều cảm thấy lo lắng. Trong tiếng Việt, câu thành ngữ giữ nguyên ý nghĩa và cách dùng, nhưng thay đổi về bộ phận âm đọc và vị trí từ tố.

例句：

在聽到他出車禍後，我一直**坐立不安**。

Tôi **đứng ngồi không yên** khi nghe tin chiếc xe chở anh ấy gặp tai nạn.

坐吃山空

ㄗㄨㄛˋ ㄔ ㄕㄢ ㄎㄨㄥ／ zuò chī shān kōng

Miệng ăn núi lở

註解：

| 越化漢越成語 | 只坐著吃，山也要空，指只消費而不從事生產，把家產吃盡用光。 |

Thành ngữ Hán Việt đã được Việt hóa: chỉ ăn mà không làm thì có bao nhiêu rồi cũng hết. Trong tiếng Việt, câu thành ngữ giữ nguyên ý nghĩa và cách dùng, nhưng thay đổi về âm đọc và bộ phận từ tố, thay "ngồi" bằng "miệng".

例句：

家裡不僅窮，還有許多孩子要養，如此**坐吃山空**，真不知如何是好！

Nhà nghèo lại đông con, **miệng ăn núi lở** như thế thì biết phải xoay xở làm sao!

作威作福

ㄗㄨㄛˋ ㄨㄟ ㄗㄨㄛˋ ㄈㄨˊ ／ zuò wēi zuò fú

Tác oai tác quái

註解：

越化
漢越
成語

濫用權力做事、憑藉權位欺壓弱小的人。

Thành ngữ Hán Việt đã được Việt hóa: thành ngữ tiếng Trung chỉ kẻ lạm dụng quyền lực để làm việc, dựa vào thế lực để ức hiếp người yếu thế. Trong tiếng Việt, câu thành ngữ giữ nguyên ý nghĩa và cách dùng, nhưng thay đổi về bộ phận từ tố.

例句：

這個高官總是**作威作福**，大家都很討厭他。

Ông quan chức này lúc nào cũng **tác oai tác quái**, nên chẳng được ai yêu quý.

正人君子

ㄓㄥˋ ㄖㄣˊ ㄐㄩㄣ ㄗˇ／zhèng rén jūn zǐ

Chính nhân quân tử

註解：

原樣
漢越
成語

形容正直、有品德，追求正^义義的人。

Thành ngữ Hán Việt nguyên dạng: câu thành ngữ chỉ người chính trực, có đạo đức, theo đuổi chính nghĩa.

例句：

他很富有，但卻不驕傲，經常為弱勢者伸張正義，真是現代社會中罕見的**正人君子**。

Anh ấy giàu có, nhưng không kiêu ngạo, luôn đấu tranh đòi công bằng cho những người yếu thế, đúng là một bậc **chính nhân quân tử** hiếm có trong xã hội hiện đại.

知己知彼

ㄓ ㄐㄧˇ ㄓ ㄅㄧˇ ╱ zhī jǐ zhī bǐ

Biết người biết ta

註解：

越化
漢越
成語

原作「知彼知己」，形容十分了解自己和對手的實^实力。

Thành ngữ Hán Việt đã được Việt hóa: thành ngữ tiếng Trung có nghĩa là rất hiểu thực lực của bản thân và đối phương hoặc đối thủ. Trong tiếng Việt, câu thành ngữ giữ nguyên ý nghĩa và cách dùng, nhưng thay đổi về âm đọc, cũng hay chỉ những người hiểu chuyện và khiêm tốn, nắm rõ khả năng, vị trí hoặc tình hình của bản thân và người khác.

例句：

知己知彼，百戰百勝，許多人都能理解，並在商業和生活中運用了孫子兵法的這項策略。

Biết người biết ta thì trăm trận trăm thắng, nhiều người đã hiểu và áp dụng được binh pháp Tôn Tử này trong kinh doanh và trong cuộc sống.

293

指手畫腳／指手画脚

ㄓˇㄕㄡˇㄏㄨㄚˋㄐㄧㄠˇ／zhǐ shǒu huà jiǎo

Khua chân múa tay

越化
漢越
成語

註解：

指說話的時候做出各種動作、揮動手腳，對人進行指點，也形容人說話放肆或帶有抨擊之意。

Thành ngữ Hán Việt đã được Việt hóa: thành ngữ tiếng Trung chỉ lúc nói chuyện thì vung tay vung chân, nhiều động tác, cũng miêu tả người có lời nói, tác phong không đứng đắn, khoa trương hoặc có ý công kích người khác. Trong tiếng Việt, câu thành ngữ giữ nguyên ý nghĩa và cách dùng, nhưng thay đổi về âm đọc.

例句：

他總是喜歡在別人做事時**指手畫腳**，令人討厭。

Anh ta luôn thích **khua chân múa tay** chỉ đạo người khác làm việc, điều này thật khó chịu.

智勇雙全／智勇双全

ㄓˋㄩㄥˇㄕㄨㄤㄑㄩㄢˊ／zhì yǒng shuāng quán
Trí dũng song toàn

註解：

| 原樣 |
| 漢越 |
| 成語 |

形容智慧及勇氣兼備的人。

Thành ngữ Hán Việt nguyên dạng: câu thành ngữ chỉ người vừa có trí tuệ lại vừa có dũng khí.

例句：

你和他在一起這麼多年了，打算什麼時候結婚呢？像他如此**智勇雙全**的男人是不容易找的，你別考慮太久。

Hai người yêu nhau bao năm rồi, dự định lúc nào thì kết hôn? Người đàn ông **trí dũng song toàn** như anh ấy khó tìm lắm, cô đừng suy nghĩ quá lâu.

終身大事／终身大事

ㄓㄨㄥ ㄕㄣ ㄉㄚˋ ㄕˋ／zhōng shēn dà shì

Chung thân đại sự

原樣
漢越
成語

註解：

指人一生中極為重要的大事，多指婚事。

Thành ngữ Hán Việt nguyên dạng: câu thành ngữ miêu tả việc lớn vô cùng quan trọng trong cuộc đời của con người, thường chỉ việc hôn nhân. Trong tiếng Việt còn có cách nói đồng nghĩa song song là "đại sự cả đời" hoặc giản lược là "đại sự".

例句：

現在許多人並不把結婚當作**終身大事**，他們喜歡享受一個人自由自在的生活。

Hiện nay, nhiều người không coi kết hôn là việc **chung thân đại sự**, họ thích tận hưởng cuộc sống một mình tự do tự tại.

忠言逆耳

ㄓㄨㄥ ㄧㄢˊ ㄋㄧˋ ㄦˇ ／ zhōng yán nì ěr

Sự thật mất lòng

註解：

越化
漢越
成語

忠實、誠懇的勸告聽起來比較刺耳，總是讓人難以接受。

Thành ngữ Hán Việt đã được Việt hóa: thành ngữ tiếng Trung chỉ những lời nói thành thật, thẳng thắn luôn khiến người ta cảm thấy khó nghe, khó chấp nhận. Trong tiếng Việt, câu thành ngữ giữ nguyên ý nghĩa và cách dùng, nhưng thay đổi về bộ phận từ tố, nhấn mạnh vào cảm giác của người nghe, dễ bị mất lòng khi đối mặt với lời nói thật từ người khác.

例句：

忠言逆耳，真相總是很傷人，人們往往不敢說真話，因為害怕影響彼此的關係。

Sự thật thì thường **mất lòng** nên người ta thường ngại nói ra vì sợ ảnh hưởng tới mối quan hệ đôi bên.

粥少僧多

ㄓㄡ ㄕㄠˇ ㄙㄥ ㄉㄨㄛ／ zhōu shǎo sēng duō

Mật ít ruồi nhiều

註解：

| 越化
漢越
成語 |

形容好東西少而要的人卻很多，不夠分配。在越南語中，有時含貶義。

Thành ngữ Hán Việt đã được Việt hóa: thành ngữ tiếng Trung chỉ đồ ngon thì ít mà người cần thì nhiều, không đủ phân chia. Trong tiếng Việt, câu thành ngữ giữ nguyên ý nghĩa và cách dùng, nhưng được thay đổi về hình tượng, từ tố và âm đọc, đổi "cháo" thành "mật", "tăng" (hòa thượng) thành "ruồi", đôi khi mang hàm ý mỉa mai.

例句：

因疫情而進行社交隔離的前一天，成千上萬的人衝進超市購買食品，導致**粥少僧多**的混亂景象。

Trước ngày giãn cách xã hội vì dịch bệnh, hàng vạn người đổ xô đi siêu thị mua thực phẩm, tạo ra khung cảnh **mật ít ruồi nhiều** vô cùng hỗn loạn.

轉敗為勝／转败为胜

ㄓㄨㄢˇㄅㄞˋㄨㄟˊㄕㄥˋ／zhuǎn bài wéi shèng

Chuyển bại thành thắng

形容扭轉失敗的危機並獲得勝利。

（机 井 获）

Thành ngữ Hán Việt đã được Việt hóa: thành ngữ tiếng Trung miêu tả việc từ nguy cơ thất bại mà chuyển sang giành được thắng lợi, thành công. Trong tiếng Việt, câu thành ngữ giữ nguyên ý nghĩa và cách dùng, nhưng thay đổi về bộ phận từ tố.

例句：

我方在終場前一分鐘投進關鍵的一球，這才**轉敗為勝**。

（终 场　进 关 键）

Đội tuyển của tôi đã ghi được một bàn thắng quan trọng, **chuyển bại thành thắng** trong phút cuối cùng trước khi trận đấu kết thúc.

裝聾作啞／裝聾作啞

ㄓㄨㄤ ㄌㄨㄥˊ ㄗㄨㄛˋ ㄧㄚˇ／zhuāng lóng zuò yǎ

Giả câm giả điếc

註解：

越化
漢越
成語

故意不聞不問，裝成什麼都不知道。

Thành ngữ Hán Việt đã được Việt hóa: thành ngữ tiếng Trung chỉ người cố tình không nghe không thấy, giả vờ như không biết. Trong tiếng Việt, câu thành ngữ giữ nguyên ý nghĩa và cách dùng, nhưng thay đổi về âm đọc và vị trí từ tố.

例句：

請回答我，不要一直**裝聾作啞**！

Hãy trả lời tôi đi, anh đừng có **giả câm giả điếc** mãi như thế!

依「中文成語首字之筆畫」順序

順序	中文成語首字筆畫	成語繁體字	越南語成語	頁碼
1	1	一心一意	Một lòng một dạ	270
2	1	一手遮天	Một tay che trời	269
3	1	一生一世	Một đời một kiếp	268
4	1	一帆風順	Thuận buồm xuôi gió	263
5	1	一路平安	Thượng lộ bình an	267
6	1	一箭雙雕	Một mũi tên trúng hai đích	264
7	1	一舉一動	Nhất cử nhất động	266
8	1	一舉兩得	Nhất cử lưỡng tiện	265
9	2	七嘴八舌	Mồm năm miệng mười	154
10	2	九死一生	Thập tử nhất sinh	116
11	2	人定勝天	Nhân định thắng thiên	173
12	2	人面獸心	Mặt người dạ thú	174
13	2	入鄉隨俗	Nhập gia tùy tục	179
14	2	力不從心	Lực bất tòng tâm	131
15	2	十全十美	Thập toàn thập mỹ	196
16	2	十面埋伏	Thập diện mai phục	195
17	3	三從四德	Tam tòng tứ đức	180
18	3	三頭六臂	Ba đầu sáu tay	181
19	3	亡羊補牢	Mất bò mới lo làm chuồng	227
20	3	凡夫俗子	Phàm phu tục tử	59

順序	中文成語首字筆畫	成語繁體字	越南語成語	頁碼
21	3	千山萬水	Thiên sơn vạn thủy	162
22	3	千方百計	Trăm phương nghìn kế	159
23	3	千辛萬苦	Trăm đắng ngàn cay	161
24	3	千鈞一髮	Ngàn cân treo sợi tóc	160
25	3	千載一時	Ngàn năm có một	163
26	3	千變萬化	Thiên biến vạn hóa	158
27	3	大刀闊斧	Đao to búa lớn	39
28	3	大公無私	Chí công vô tư	41
29	3	大發雷霆	Nổi trận lôi đình	40
30	3	大慈大悲	Đại từ đại bi	38
31	3	小題大作	Chuyện bé xé ra to	243
32	3	山珍海味	Sơn hào hải vị	189
33	3	山清水秀	Non xanh nước biếc	188
34	3	才子佳人	Tài tử giai nhân	24
35	4	不分勝負	Bất phân thắng bại	16
36	4	不可救藥	Vô phương cứu chữa	18
37	4	不共戴天	Không đội trời chung	17
38	4	不言不語	Chẳng nói chẳng rằng	21
39	4	不省人事	Bất tỉnh nhân sự	20
40	4	不約而同	Không hẹn mà gặp	23

順序	中文成語 首字筆畫	成語繁體字	越南語成語	頁碼
41	4	**不勞而獲**	Không làm mà hưởng	19
42	4	**不翼而飛**	Không cánh mà bay	22
43	4	**井底之蛙**	Ếch ngồi đáy giếng	114
44	4	**凶多吉少**	Lành ít dữ nhiều	246
45	4	**天作之合**	Thiên tác chi hợp	217
46	4	**天長地久**	Thiên trường địa cửu	211
47	4	**天高地厚**	Trời cao đất dày	212
48	4	**天涯海角**	Chân trời góc biển	215
49	4	**天誅地滅**	Trời chu đất diệt	216
50	4	**天翻地覆**	Long trời lở đất	213
51	4	**天羅地網**	Thiên la địa võng	214
52	4	**心如刀割**	Lòng đau như cắt	245
53	4	**心服口服**	Tâm phục khẩu phục	244
54	4	**文武雙全**	Văn võ song toàn	231
55	4	**木已成舟**	Ván đã đóng thuyền	147
56	4	**水滴石穿**	Nước chảy đá mòn	202
57	4	**牛郎織女**	Ngưu Lang Chức Nữ	150
58	4	**牛頭馬面**	Đầu trâu mặt ngựa	151
59	4	**以和為貴**	Dĩ hòa vi quý	273
60	4	**以毒攻毒**	Lấy độc trị độc	274

順序	中文成語 首字筆畫	成語繁體字	越南語成語	頁碼
61	4	**以貌取人**	Nhìn mặt bắt hình dong	275
62	5	**出口成章**	Xuất khẩu thành chương	32
63	5	**出生入死**	Vào sinh ra tử	33
64	5	**出頭露面**	Xuất đầu lộ diện	34
65	5	**功成名遂**	Công thành danh toại	72
66	5	**半斤八兩**	Tám lạng nửa cân	10
67	5	**半信半疑**	Bán tín bán nghi	11
68	5	**四分五裂**	Chia năm xẻ bảy	185
69	5	**四面八方**	Bốn phương tám hướng	184
70	5	**平安無事**	Bình an vô sự	152
71	5	**正人君子**	Chính nhân quân tử	292
72	5	**生離死別**	Sinh li tử biệt	194
73	5	**用武之地**	Có đất dụng võ	255
74	5	**白手起家**	Tay trắng làm nên	5
75	5	**白頭偕老**	Đầu bạc răng long	6
76	5	**目中無人**	Mục hạ vô nhân	148
77	6	**先斬後奏**	Tiền trảm hậu tấu	241
78	6	**光明正大**	Quang minh chính đại	76
79	6	**全心全意**	Toàn tâm toàn ý	172
80	6	**合情合理**	Hợp tình hợp lý	87

順序	中文成語首字筆畫	成語繁體字	越南語成語	頁碼
81	6	**吉祥如意**	Cát tường như ý	100
82	6	**同心協力**	Đồng tâm hiệp lực	223
83	6	**同甘共苦**	Đồng cam cộng khổ	222
84	6	**同舟共濟**	Cùng hội cùng thuyền	221
85	6	**同床異夢**	Đồng sàng dị mộng	220
86	6	**名不虛傳**	Danh bất hư truyền	145
87	6	**名正言順**	Danh chính ngôn thuận	146
88	6	**回心轉意**	Hồi tâm chuyển ý	95
89	6	**回頭是岸**	Quay đầu là bờ	94
90	6	**地廣人稀**	Đất rộng người thưa	44
91	6	**多才多藝**	Đa tài đa nghệ	54
92	6	**多愁善感**	Đa sầu đa cảm	55
93	6	**如雷貫耳**	Sét đánh ngang tai	177
94	6	**如影隨形**	Như hình với bóng	178
95	6	**安分守己**	An phận thủ thường	2
96	6	**安居樂業**	An cư lạc nghiệp	1
97	6	**成家立業**	Thành gia lập nghiệp	30
98	6	**有名無實**	Hữu danh vô thực	258
99	6	**有志竟成**	Có chí thì nên	262
100	6	**有求必應**	Cầu gì được nấy	259

順序	中文成語首字筆畫	成語繁體字	越南語成語	頁碼
101	6	有始有終	Có đầu có cuối	260
102	6	有條有理	Có tình có lí	257
103	6	有眼無珠	Có mắt như mù	261
104	6	死去活來	Chết đi sống lại	183
105	6	百發百中	Bách phát bách trúng	7
106	6	百戰百勝	Bách chiến bách thắng	8
107	6	羊入虎口	Dê chui miệng cọp	251
108	6	老馬識途	Ngựa quen đường cũ	127
109	6	耳聞目睹	Mắt thấy tai nghe	58
110	6	自力更生	Tự lực cánh sinh	284
111	6	自由自在	Tự do tự tại	285
112	6	自高自大	Tự cao tự đại	283
113	7	作威作福	Tác oai tác quái	291
114	7	含血噴人	Ngậm máu phun người	85
115	7	吹毛求疵	Bới lông tìm vết	36
116	7	坐立不安	Đứng ngồi không yên	289
117	7	坐吃山空	Miệng ăn núi lở	290
118	7	忘恩負義	Vong ân bội nghĩa	228
119	7	改邪歸正	Cải tà quy chính	68
120	7	束手待斃	Khoanh tay chờ chết	201

順序	中文成語 首字筆畫	成語繁體字	越南語成語	頁碼
121	7	沉魚落雁	Chim sa cá lặn	28
122	7	男女老少	Già trẻ gái trai	149
123	7	良師益友	Thầy tốt bạn hiền	132
124	7	良藥苦口	Thuốc đắng giã tật	133
125	7	見多識廣	Học rộng biết nhiều	102
126	7	走馬看花	Cưỡi ngựa xem hoa	286
127	7	足智多謀	Túc trí đa mưu	287
128	7	身敗名裂	Thân bại danh liệt	191
129	8	事不過三	Quá tam ba bận	199
130	8	事在人為	Muôn sự tại người	200
131	8	來日方長	Ngày rộng tháng dài	126
132	8	兩全其美	Vẹn cả đôi đường	134
133	8	刻骨銘心	Khắc cốt ghi tâm	122
134	8	呼風喚雨	Hô mưa gọi gió	90
135	8	妻離子散	Tan đàn xẻ nghé	153
136	8	始終如一	Trước sau như một	198
137	8	孤兒寡婦	Cô nhi quả phụ	74
138	8	忠言逆耳	Sự thật mất lòng	297
139	8	放虎歸山	Thả hổ về rừng	61
140	8	易如反掌	Dễ như trở bàn tay	278

順序	中文成語 首字筆畫	成語繁體字	越南語成語	頁碼
141	8	東奔西跑	Chạy ngược chạy xuôi	50
142	8	河東獅吼	Sư tử Hà Đông	86
143	8	物換星移	Vật đổi sao dời	238
144	8	狐假虎威	Cáo mượn oai hùm	92
145	8	狗仗人勢	Chó cậy gần nhà	73
146	8	盲人摸象	Thầy bói xem voi	141
147	8	知己知彼	Biết người biết ta	293
148	8	空前絕後	Vô tiền khoáng hậu	123
149	8	臥虎藏龍	Ngọa hổ tàng long	232
150	8	臥薪嘗膽	Nằm gai nếm mật	233
151	8	虎頭蛇尾	Đầu voi đuôi chuột	91
152	8	返老還童	Cải lão hoàn đồng	60
153	8	金枝玉葉	Lá ngọc cành vàng	110
154	8	金科玉律	Khuôn vàng thước ngọc	108
155	8	金童玉女	Kim đồng ngọc nữ	109
156	8	長生不老	Trường sinh bất lão	26
157	8	長吁短嘆	Thở ngắn than dài	27
158	8	門當戶對	Môn đăng hộ đối	143
159	8	青天白日	Thanh thiên bạch nhật	168
160	8	青梅竹馬	Thanh mai trúc mã	167

順序	中文成語 首字筆畫	成語繁體字	越南語成語	頁碼
161	9	前因後果	Nhân nào quả nấy	165
162	9	前呼後擁	Tiền hô hậu ủng	164
163	9	威風凜凜	Oai phong lẫm liệt	229
164	9	後生可畏	Hậu sinh khả úy	98
165	9	急中生智	Cái khó ló cái khôn	99
166	9	指手畫腳	Khua chân múa tay	294
167	9	按兵不動	Án binh bất động	3
168	9	洋洋得意	Dương dương đắc ý	250
169	9	流芳百世	Tiếng thơm muôn đời	137
170	9	相親相愛	Tương thân tương ái	242
171	9	穿針引線	Dẫn đường chỉ lối	35
172	9	紅顏薄命	Hồng nhan bạc mệnh	89
173	9	苦盡甘來	Khổ tận cam lai	125
174	9	郎才女貌	Trai tài gái sắc	128
175	9	面紅耳赤	Mặt đỏ tía tai	144
176	9	風平浪靜	Sóng yên gió lặng	66
177	9	風吹雨打	Mưa dập gió vùi	63
178	9	風花雪月	Phong hoa tuyết nguyệt	64
179	9	風流雲散	Gió thoảng mây trôi	65
180	9	風調雨順	Mưa thuận gió hòa	67

順序	中文成語首字筆畫	成語繁體字	越南語成語	頁碼
181	9	風餐露宿	Dãi gió dầm sương	62
182	10	乘風破浪	Cưỡi gió đạp sóng	29
183	10	借刀殺人	Mượn dao giết người	107
184	10	哭笑不得	Dở khóc dở cười	124
185	10	唇亡齒寒	Môi hở răng lạnh	37
186	10	徒勞無益	Phí công vô ích	224
187	10	恩將仇報	Lấy oán trả ân	57
188	10	料事如神	Liệu sự như thần	136
189	10	根深蒂固	Thâm căn cố đế	71
190	10	海底撈針	Mò kim đáy biển	83
191	10	海枯石爛	Sông cạn đá mòn	81
192	10	海誓山盟	Thề non hẹn biển	84
193	10	海闊天空	Biển rộng trời cao	82
194	10	狹路相逢	Oan gia ngõ hẹp	240
195	10	狼心狗肺	Lòng lang dạ sói	129
196	10	班門弄斧	Múa rìu qua mắt thợ	9
197	10	神通廣大	Thần thông quảng đại	192
198	10	窈窕淑女	Yểu điệu thục nữ	252
199	10	茹苦含辛	Ngậm đắng nuốt cay	176
200	10	起死回生	Cải tử hoàn sinh	157

順序	中文成語首字筆畫	成語繁體字	越南語成語	頁碼
201	10	馬到成功	Mã đáo thành công	140
202	10	骨瘦如柴	Gầy như que củi	75
203	10	高樓大廈	Nhà cao cửa rộng	69
204	10	高瞻遠矚	Nhìn xa trông rộng	70
205	10	鬼使神差	Ma xui quỷ khiến	77
206	11	假仁假義	Giả nhân giả nghĩa	101
207	11	國色天香	Quốc sắc thiên hương	78
208	11	國泰民安	Quốc thái dân an	79
209	11	堂堂正正	Đường đường chính chính	207
210	11	將功贖罪	Lấy công chuộc tội	103
211	11	將計就計	Tương kế tựu kế	104
212	11	情投意合	Tâm đầu ý hợp	170
213	11	捨己救人	Xả thân cứu người	190
214	11	捷足先登	Nhanh chân đến trước	106
215	11	措手不及	Trở tay không kịp	25
216	11	救苦救難	Cứu khổ cứu nạn	117
217	11	殺氣騰騰	Sát khí đằng đằng	187
218	11	甜言蜜語	Lời ngon tiếng ngọt	218
219	11	眼明手快	Nhanh mắt nhanh tay	248
220	11	眼淚汪汪	Nước mắt lưng tròng	249

順序	中文成語首字筆畫	成語繁體字	越南語成語	頁碼
221	11	移山填海	Dời núi lấp biển	272
222	11	終身大事	Chung thân đại sự	296
223	11	貪小失大	Tham bát bỏ mâm	205
224	11	貪生怕死	Tham sống sợ chết	206
225	11	貪官汙吏	Tham quan ô lại	204
226	11	通情達理	Thấu tình đạt lý	219
227	11	閉關鎖國	Bế quan tỏa cảng	13
228	11	陰謀詭計	Âm mưu quỷ kế	279
229	11	頂天立地	Đội trời đạp đất	49
230	12	博古通今	Bác cổ thông kim	14
231	12	博學多才	Học rộng tài cao	15
232	12	喜新厭舊	Có mới nới cũ	239
233	12	單槍匹馬	Đơn thương độc mã	42
234	12	尊師重道	Tôn sư trọng đạo	288
235	12	惡有惡報	Ác giả ác báo	56
236	12	智勇雙全	Trí dũng song toàn	295
237	12	棋逢敵手	Kỳ phùng địch thủ	155
238	12	無中生有	Ăn không nói có	237
239	12	無名小卒	Vô danh tiểu tốt	236
240	12	無窮無盡	Vô cùng vô tận	234

順序	中文成語首字筆畫	成語繁體字	越南語成語	頁碼
241	12	無緣無故	Vô duyên vô cớ	235
242	12	焦頭爛額	Sứt đầu mẻ trán	105
243	12	畫餅充飢	Đói ăn bánh vẽ	93
244	12	粥少僧多	Mật ít ruồi nhiều	298
245	12	跋山涉水	Trèo đèo lội suối	4
246	12	進退兩難	Tiến thoái lưỡng nan	111
247	12	開天闢地	Khai thiên lập địa	121
248	12	開花結果	Đơm hoa kết trái	120
249	12	順水推舟	Thuận nước giong thuyền	203
250	12	飲水思源	Uống nước nhớ nguồn	276
251	12	黑白分明	Trắng đen rõ ràng	88
252	13	傾國傾城	Khuynh quốc khuynh thành	166
253	13	塞翁失馬	Tái ông thất mã	182
254	13	意在言外	Ý tại ngôn ngoại	277
255	13	敬而遠之	Kính nhi viễn chi	115
256	13	溫故知新	Ôn cố tri tân	230
257	13	滔天大罪	Tội ác tày trời	209
258	13	滔滔不絕	Thao thao bất tuyệt	208
259	13	煙消雲散	Tan thành mây khói	247
260	13	萬不得已	Vạn bất đắc dĩ	225

順序	中文成語首字筆畫	成語繁體字	越南語成語	頁碼
261	13	萬事如意	Vạn sự như ý	226
262	13	葉落歸根	Lá rụng về cội	254
263	13	裝聾作啞	Giả câm giả điếc	300
264	13	誠心誠意	Thành tâm thành ý	31
265	13	過河拆橋	Qua cầu rút ván	80
266	13	飽食暖衣	Ăn no mặc ấm	12
267	14	實事求是	Thực sự cầu thị	197
268	14	對牛彈琴	Đàn gảy tai trâu	53
269	14	榮華富貴	Vinh hoa phú quý	175
270	14	盡心竭力	Tận tâm tận lực	112
271	14	禍不單行	Họa vô đơn chí	97
272	14	聚沙成塔	Góp gió thành bão	119
273	14	貌合神離	Bằng mặt không bằng lòng	142
274	14	輕於鴻毛	Nhẹ tựa lông hồng	169
275	14	遠走高飛	Cao chạy xa bay	282
276	14	魂飛魄散	Hồn bay phách lạc	96
277	15	德才兼備	Tài đức vẹn toàn	43
278	15	慾速不達	Dục tốc bất đạt	281
279	15	憂心如焚	Lòng như lửa đốt	256
280	15	樂而忘返	Vui quên đường về	130

順序	中文成語首字筆畫	成語繁體字	越南語成語	頁碼
281	15	窮山惡水	Rừng thiêng nước độc	171
282	15	調兵遣將	Điều binh khiển tướng	47
283	15	調虎離山	Điệu hổ ly sơn	48
284	16	獨一無二	Độc nhất vô nhị	51
285	16	獨立自主	Độc lập tự chủ	52
286	16	遺臭萬年	Tiếng xấu để đời	271
287	16	隨機應變	Tùy cơ ứng biến	186
288	16	龍爭虎鬥	Long tranh hổ đấu	130
289	16	龍飛鳳舞	Rồng bay phượng múa	138
290	17	瞭如指掌	Rõ như lòng bàn tay	135
291	17	聲東擊西	Dương đông kích tây	193
292	17	隱姓埋名	Mai danh ẩn tích	280
293	17	鞠躬盡瘁	Cúc cung tận tụy	118
294	18	轉敗為勝	Chuyển bại thành thắng	299
295	18	騎虎難下	Ngồi trên lưng cọp	156
296	19	顛倒是非	Thật giả lẫn lộn	46
297	19	顛倒黑白	Đổi trắng thay đen	45
298	20	耀武揚威	Diễu võ dương oai	253
299	20	騰雲駕霧	Đi mây về gió	210
300	23	驚天動地	Kinh thiên động địa	113

依「越南語成語首字之 ABC 字母」順序

順序	越南語成語 首字 ABC	越南語成語	中文成語繁／簡體字 注音符號／漢語拼音	頁碼
1	A	**An cư lạc nghiệp**	安居樂業／安居乐业 ㄢ ㄐㄩ ㄌㄜˋ ㄧㄝˋ ān jū lè yè	1
2	A	**An phận thủ thường**	安分守己 ㄢ ㄈㄣˋ ㄕㄡˇ ㄐㄧˇ ān fèn shǒu jǐ	3
3	Á	**Ác giả ác báo**	惡有惡報／恶有恶报 ㄜˋ ㄧㄡˇ ㄜˋ ㄅㄠˋ è yǒu è bào	56
4	Á	**Án binh bất động**	按兵不動／按兵不动 ㄢˋ ㄅㄧㄥ ㄅㄨˊ ㄉㄨㄥˋ àn bīng bú dòng	2
5	Â	**Âm mưu quỷ kế**	陰謀詭計／阴谋诡计 ㄧㄣ ㄇㄡˊ ㄍㄨㄟˇ ㄐㄧˋ yīn móu guǐ jì	279
6	Ă	**Ăn không nói có**	無中生有／无中生有 ㄨˊ ㄓㄨㄥ ㄕㄥ ㄧㄡˇ wú zhōng shēng yǒu	237
7	Ă	**Ăn no mặc ấm**	飽食暖衣／饱食暖衣 ㄅㄠˇ ㄕˊ ㄋㄨㄢˇ ㄧ bǎo shí nuǎn yī	12
8	B	**Ba đầu sáu tay**	三頭六臂／三头六臂 ㄙㄢ ㄊㄡˊ ㄌㄧㄡˋ ㄅㄧˋ sān tóu liù bì	181
9	B	**Bác cổ thông kim**	博古通今 ㄅㄛˊ ㄍㄨˇ ㄊㄨㄥ ㄐㄧㄣ bó gǔ tōng jīn	14
10	B	**Bách chiến bách thắng**	百戰百勝／百战百胜 ㄅㄞˇ ㄓㄢˋ ㄅㄞˇ ㄕㄥˋ bǎi zhàn bǎi shèng	8
11	B	**Bách phát bách trúng**	百發百中／百发百中 ㄅㄞˇ ㄈㄚ ㄅㄞˇ ㄓㄨㄥˋ bǎi fā bǎi zhòng	7
12	B	**Bán tín bán nghi**	半信半疑 ㄅㄢˋ ㄒㄧㄣˋ ㄅㄢˋ ㄧˊ bàn xìn bàn yí	11

順序	越南語成語 首字 ABC	越南語成語	中文成語繁／簡體字 注音符號／漢語拼音	頁碼
13	B	**Bằng mặt không bằng lòng**	貌合神離／貌合神离 ㄇㄠˋㄏㄜˊㄕㄣˊㄌㄧˊ mào hé shén lí	142
14	B	**Bất phân thắng bại**	不分勝負／不分胜负 ㄅㄨˋㄈㄣㄕㄥˋㄈㄨˋ bù fēn shèng fù	16
15	B	**Bế quan tỏa cảng**	閉關鎖國／闭关锁国 ㄅㄧˋㄍㄨㄢㄙㄨㄛˇㄍㄨㄛˊ bì guān suǒ guó	13
16	B	**Biển rộng trời cao**	海闊天空／海阔天空 ㄏㄞˇㄎㄨㄛˋㄊㄧㄢㄎㄨㄥ hǎi kuò tiān kōng	82
17	B	**Biết người biết ta**	知己知彼 ㄓㄐㄧˇㄓㄅㄧˇ zhī jǐ zhī bǐ	293
18	B	**Bình an vô sự**	平安無事／平安无事 ㄆㄧㄥˊㄢㄨˊㄕˋ píng ān wú shì	152
19	B	**Bới lông tìm vết**	吹毛求疵 ㄔㄨㄟㄇㄠˊㄑㄧㄡˊㄘ chuī máo qiú cī	36
20	B	**Bốn phương tám hướng**	四面八方 ㄙˋㄇㄧㄢˋㄅㄚㄈㄤ sì miàn bā fāng	184
21	B	**Bất tỉnh nhân sự**	不省人事 ㄅㄨˋㄒㄧㄥˇㄖㄣˊㄕˋ bù xǐng rén shì	20
22	C	**Cái khó ló cái khôn**	急中生智 ㄐㄧˊㄓㄨㄥㄕㄥㄓˋ jí zhōng shēng zhì	99
23	C	**Cải lão hoàn đồng**	返老還童／返老还童 ㄈㄢˇㄌㄠˇㄏㄨㄢˊㄊㄨㄥˊ fǎn lǎo huán tóng	60

順序	越南語成語 首字 ABC	越南語成語	中文成語繁／簡體字 注音符號／漢語拼音	頁碼
24	C	**Cải tà quy chính**	改邪歸正／改邪归正 《ㄞˇㄊㄚˊㄒㄧㄝˊ《ㄨㄟ ㄓㄥˋ gǎi xié guī zhèng	68
25	C	**Cải tử hoàn sinh**	起死回生 ㄑㄧˇㄙˇㄏㄨㄟˊㄕㄥ qǐ sǐ huí shēng	157
26	C	**Cao chạy xa bay**	遠走高飛／远走高飞 ㄩㄢˇㄗㄡˇ《ㄠ ㄈㄟ yuǎn zǒu gāo fēi	282
27	C	**Cáo mượn oai hùm**	狐假虎威 ㄏㄨˊㄐㄧㄚˇㄏㄨˇㄨㄟ hú jiǎ hǔ wēi	92
28	C	**Cát tường như ý**	吉祥如意 ㄐㄧˊㄒㄧㄤˊㄖㄨˊㄧˋ jí xiáng rú yì	100
29	C	**Cầu gì được nấy**	有求必應／有求必应 ㄧㄡˇㄑㄧㄡˊㄅㄧˋㄧㄥˋ yǒu qiú bì yìng	259
30	C	**Có chí thì nên**	有志竟成 ㄧㄡˇㄓˋㄐㄧㄥˋㄔㄥˊ yǒu zhì jìng chéng	262
31	C	**Có đất dụng võ**	用武之地 ㄩㄥˋㄨˇㄓ ㄉㄧˋ yòng wǔ zhī dì	255
32	C	**Có đầu có cuối**	有始有終／有始有终 ㄧㄡˇㄕˇㄧㄡˇㄓㄨㄥ yǒu shǐ yǒu zhōng	260
33	C	**Có mắt như mù**	有眼無珠／有眼无珠 ㄧㄡˇㄧㄢˇㄨˊㄓㄨ yǒu yǎn wú zhū	261
34	C	**Có mới nới cũ**	喜新厭舊／喜新厌旧 ㄒㄧˇㄒㄧㄣ ㄧㄢˋㄐㄧㄡˋ xǐ xīn yàn jiù	239
35	C	**Cô nhi quả phụ**	孤兒寡婦／孤儿寡妇 《ㄨ ㄦˊ《ㄨㄚˇㄈㄨˋ gū ér guǎ fù	74

順序	越南語成語 首字 ABC	越南語成語	中文成語繁／簡體字 注音符號／漢語拼音	頁碼
36	C	**Có tình có lí**	有條有理／有条有理 ー又ˇ ㄊㄧㄠˊ ー又ˇ ㄌㄧˇ yǒu tiáo yǒu lǐ	257
37	C	**Công thành danh toại**	功成名遂 ㄍㄨㄥ ㄔㄥˊ ㄇㄧㄥˊ ㄙㄨㄟˋ gōng chéng míng suì	72
38	C	**Cúc cung tận tụy**	鞠躬盡瘁／鞠躬尽瘁 ㄐㄩˊ ㄍㄨㄥ ㄐㄧㄣˋ ㄘㄨㄟˋ jú gōng jìn cuì	118
39	C	**Cùng hội cùng thuyền**	同舟共濟／同舟共济 ㄊㄨㄥˊ ㄓㄡ ㄍㄨㄥˋ ㄐㄧˋ tóng zhōu gòng jì	221
40	C	**Cưỡi gió đạp sóng**	乘風破浪／乘风破浪 ㄔㄥˊ ㄈㄥ ㄆㄛˋ ㄌㄤˋ chéng fēng pò làng	29
41	C	**Cưỡi ngựa xem hoa**	走馬看花／走马看花 ㄗㄡˇ ㄇㄚˇ ㄎㄢˋ ㄏㄨㄚ zǒu mǎ kàn huā	286
42	C	**Cứu khổ cứu nạn**	救苦救難／救苦救难 ㄐㄧㄡˋ ㄎㄨˇ ㄐㄧㄡˋ ㄋㄢˋ jiù kǔ jiù nàn	117
43	Ch	**Chân trời góc biển**	天涯海角 ㄊㄧㄢ ㄧㄚˊ ㄏㄞˇ ㄐㄧㄠˇ tiān yá hǎi jiǎo	215
44	Ch	**Chẳng nói chẳng rằng**	不言不語／不言不语 ㄅㄨˋ ㄧㄢˊ ㄅㄨˋ ㄩˇ bù yán bù yǔ	21
45	Ch	**Chạy ngược chạy xuôi**	東奔西跑／东奔西跑 ㄉㄨㄥ ㄅㄣ ㄒㄧ ㄆㄠˇ dōng bēn xī pǎo	50
46	Ch	**Chết đi sống lại**	死去活來／死去活来 ㄙˇ ㄑㄩˋ ㄏㄨㄛˊ ㄌㄞˊ sǐ qù huó lái	183
47	Ch	**Chí công vô tư**	大公無私／大公无私 ㄉㄚˋ ㄍㄨㄥ ㄨˊ ㄙ dà gōng wú sī	41

順序	越南語成語 首字 ABC	越南語成語	中文成語繁／簡體字 注音符號／漢語拼音	頁碼
48	Ch	**Chia năm xẻ bảy**	四分五裂 ㄙˋㄈㄣㄨˇㄌㄧㄝˋ sì fēn wǔ liè	185
49	Ch	**Chim sa cá lặn**	沉魚落雁／沉鱼落雁 ㄔㄣˊㄩˊㄌㄨㄛˋㄧㄢˋ chén yú luò yàn	28
50	Ch	**Chính nhân quân tử**	正人君子 ㄓㄥˋㄖㄣˊㄐㄩㄣㄗˇ zhèng rén jūn zǐ	292
51	Ch	**Chó cậy gần nhà**	狗仗人勢／狗仗人势 ㄍㄡˇㄓㄤˋㄖㄣˊㄕˋ gǒu zhàng rén shì	73
52	Ch	**Chung thân đại sự**	終身大事／终身大事 ㄓㄨㄥㄕㄣㄉㄚˋㄕˋ zhōng shēn dà shì	296
53	Ch	**Chuyển bại thành thắng**	轉敗為勝／转败为胜 ㄓㄨㄢˇㄅㄞˋㄨㄟˊㄕㄥˋ zhuǎn bài wéi shèng	299
54	Ch	**Chuyện bé xé ra to**	小題大作／小题大做 ㄒㄧㄠˇㄊㄧˊㄉㄚˋㄗㄨㄛˋ xiǎo tí dà zuò	243
55	D	**Dãi gió dầm sương**	風餐露宿／风餐露宿 ㄈㄥㄘㄢㄌㄨˋㄙㄨˋ fēng cān lù sù	62
56	D	**Dẫn đường chỉ lối**	穿針引線／穿针引线 ㄔㄨㄢㄓㄣㄧㄣˇㄒㄧㄢˋ chuān zhēn yǐn xiàn	35
57	D	**Danh bất hư truyền**	名不虛傳／名不虚传 ㄇㄧㄥˊㄅㄨˋㄒㄩㄔㄨㄢˊ míng bù xū chuán	145
58	D	**Danh chính ngôn thuận**	名正言順／名正言顺 ㄇㄧㄥˊㄓㄥˋㄧㄢˊㄕㄨㄣˋ míng zhèng yán shùn	146
59	D	**Dê chui miệng cọp**	羊入虎口 ㄧㄤˊㄖㄨˋㄏㄨˇㄎㄡˇ yáng rù hǔ kǒu	251

順序	越南語成語 首字 ABC	越南語成語	中文成語繁／簡體字 注音符號／漢語拼音	頁碼
60	D	**Dễ như trở bàn tay**	易如反掌 一ˋ ㄖㄨˊ ㄈㄢˇ ㄓㄤˇ yì rú fǎn zhǎng	278
61	D	**Dĩ hòa vi quý**	以和為貴／以和为贵 一ˇ ㄏㄜˊ ㄨㄟˊ ㄍㄨㄟˋ yǐ hé wéi guì	273
62	D	**Diễu võ dương oai**	耀武揚威／耀武扬威 一ㄠˋ ㄨˇ 一ㄤˊ ㄨㄟ yào wǔ yáng wēi	253
63	D	**Dở khóc dở cười**	哭笑不得 ㄎㄨ ㄒㄧㄠˋ ㄅㄨˋ ㄉㄜˊ kū xiào bù dé	124
64	D	**Dời núi lấp biển**	移山填海 一ˊ ㄕㄢ ㄊㄧㄢˊ ㄏㄞˇ yí shān tián hǎi	272
65	D	**Dục tốc bất đạt**	欲速不達／欲速不达 ㄩˋ ㄙㄨˋ ㄅㄨˋ ㄉㄚˊ yù sù bù dá	281
66	D	**Dương đông kích tây**	聲東擊西／声东击西 ㄕㄥ ㄉㄨㄥ ㄐㄧˊ ㄒㄧ shēng dōng jí xī	193
67	D	**Dương dương đắc ý**	洋洋得意 一ㄤˊ 一ㄤˊ ㄉㄜˊ 一ˋ yáng yáng dé yì	250
68	Đ	**Đa sầu đa cảm**	多愁善感 ㄉㄨㄛ ㄔㄡˊ ㄕㄢˋ ㄍㄢˇ duō chóu shàn gǎn	55
69	Đ	**Đa tài đa nghệ**	多才多藝／多才多艺 ㄉㄨㄛ ㄘㄞˊ ㄉㄨㄛ 一ˋ duō cái duō yì	54
70	Đ	**Đại từ đại bi**	大慈大悲 ㄉㄚˋ ㄘˊ ㄉㄚˋ ㄅㄟ dà cí dà bēi	38
71	Đ	**Đàn gảy tai trâu**	對牛彈琴／对牛弹琴 ㄉㄨㄟˋ ㄋㄧㄡˊ ㄊㄢˊ ㄑㄧㄣˊ duì niú tán qín	53

順序	越南語成語首字 ABC	越南語成語	中文成語繁／簡體字注音符號／漢語拼音	頁碼
72	Đ	**Đao to búa lớn**	大刀闊斧／大刀阔斧 ㄉㄚˋㄉㄠㄎㄨㄛˋㄈㄨˇ dà dāo kuò fǔ	39
73	Đ	**Đất rộng người thưa**	地廣人稀／地广人稀 ㄉㄧˋㄍㄨㄤˇㄖㄣˊㄒㄧ dì guǎng rén xī	44
74	Đ	**Đầu bạc răng long**	白頭偕老／白头偕老 ㄅㄞˊㄊㄡˊㄒㄧㄝˊㄌㄠˇ bái tóu xié lǎo	6
75	Đ	**Đầu trâu mặt ngựa**	牛頭馬面／牛头马面 ㄋㄧㄡˊㄊㄡˊㄇㄚˇㄇㄧㄢˋ niú tóu mǎ miàn	151
76	Đ	**Đầu voi đuôi chuột**	虎頭蛇尾／虎头蛇尾 ㄏㄨˇㄊㄡˊㄕㄜˊㄨㄟˇ hǔ tóu shé wěi	91
77	Đ	**Đi mây về gió**	騰雲駕霧／腾云驾雾 ㄊㄥˊㄩㄣˊㄐㄧㄚˋㄨˋ téng yún jià wù	210
78	Đ	**Điều binh khiển tướng**	調兵遣將／调兵遣将 ㄉㄧㄠˋㄅㄧㄥㄑㄧㄢˇㄐㄧㄤˋ diào bīng qiǎn jiàng	47
79	Đ	**Điệu hổ ly sơn**	調虎離山／调虎离山 ㄉㄧㄠˋㄏㄨˇㄌㄧˊㄕㄢ diào hǔ lí shān	48
80	Đ	**Độc lập tự chủ**	獨立自主／独立自主 ㄉㄨˊㄌㄧˋㄗˋㄓㄨˇ dú lì zì zhǔ	52
81	Đ	**Độc nhất vô nhị**	獨一無二／独一无二 ㄉㄨˊㄧㄨˊㄦˋ dú yī wú èr	51
82	Đ	**Đói ăn bánh vẽ**	畫餅充飢 ㄏㄨㄚˋㄅㄧㄥˇㄔㄨㄥㄐㄧ huà bǐng chōng jī	93
83	Đ	**Đổi trắng thay đen**	顛倒黑白／颠倒黑白 ㄉㄧㄢㄉㄠˇㄏㄟㄅㄞˊ diān dǎo hēi bái	45

順序	越南語成語 首字 ABC	越南語成語	中文成語繁／簡體字 注音符號／漢語拼音	頁碼
84	Đ	**Đội trời đạp đất**	頂天立地／顶天立地 ㄉㄧㄥˇ ㄊㄧㄢ ㄌㄧˋ ㄉㄧˋ dǐng tiān lì dì	49
85	Đ	**Đơm hoa kết trái**	開花結果 ㄎㄞ ㄏㄨㄚ ㄐㄧㄝˊ ㄍㄨㄛˇ kāi huā jié guǒ	120
86	Đ	**Đơn thương độc mã**	單槍匹馬／单枪匹马 ㄉㄢ ㄑㄧㄤ ㄆㄧ ㄇㄚˇ dān qiāng pī mǎ	42
87	Đ	**Đồng cam cộng khổ**	同甘共苦 ㄊㄨㄥˊ ㄍㄢ ㄍㄨㄥˋ ㄎㄨˇ tóng gān gòng kǔ	222
88	Đ	**Đồng sàng dị mộng**	同床異夢／同床异梦 ㄊㄨㄥˊ ㄔㄨㄤˊ ㄧˋ ㄇㄥˋ tóng chuáng yì mèng	220
89	Đ	**Đồng tâm hiệp lực**	同心協力／同心协力 ㄊㄨㄥˊ ㄒㄧㄣ ㄒㄧㄝˊ ㄌㄧˋ tóng xīn xié lì	223
90	Đ	**Đứng ngồi không yên**	坐立不安 ㄗㄨㄛˋ ㄌㄧˋ ㄅㄨˋ ㄢ zuò lì bù ān	289
91	Đ	**Đường đường chính chính**	堂堂正正 ㄊㄤˊ ㄊㄤˊ ㄓㄥˋ ㄓㄥˋ táng táng zhèng zhèng	207
92	Ê	**Ếch ngồi đáy giếng**	井底之蛙 ㄐㄧㄥˇ ㄉㄧˇ ㄓ ㄨㄚ jǐng dǐ zhī wā	114
93	G	**Gầy như que củi**	骨瘦如柴 ㄍㄨˇ ㄕㄡˋ ㄖㄨˊ ㄔㄞˊ gǔ shòu rú chái	75
94	G	**Góp gió thành bão**	聚沙成塔 ㄐㄩˋ ㄕㄚ ㄔㄥˊ ㄊㄚˇ jù shā chéng tǎ	119
95	Gi	**Giả câm giả điếc**	裝聾作啞／装聋作哑 ㄓㄨㄤ ㄌㄨㄥˊ ㄗㄨㄛˋ ㄧㄚˇ zhuāng lóng zuò yǎ	300

順序	越南語成語 首字 ABC	越南語成語	中文成語繁／簡體字 注音符號／漢語拼音	頁碼
96	Gi	**Giả nhân giả nghĩa**	假仁假義／假仁假义 ㄐㄧㄚˇ ㄖㄣˊ ㄐㄧㄚˇ ㄧˋ jiǎ rén jiǎ yì	101
97	Gi	**Già trẻ gái trai**	男女老少 ㄋㄢˊ ㄋㄩˇ ㄌㄠˇ ㄕㄠˋ nán nǚ lǎo shào	149
98	Gi	**Gió thoảng mây trôi**	風流雲散／风流云散 ㄈㄥ ㄌㄧㄡˊ ㄩㄣˊ ㄙㄢˋ fēng liú yún sàn	65
99	H	**Hậu sinh khả úy**	後生可畏／后生可畏 ㄏㄡˋ ㄕㄥ ㄎㄜˇ ㄨㄟˋ hòu shēng kě wèi	98
100	H	**Hô mưa gọi gió**	呼風喚雨／呼风唤雨 ㄏㄨ ㄈㄥ ㄏㄨㄢˋ ㄩˇ hū fēng huàn yǔ	90
101	H	**Họa vô đơn chí**	禍不單行 ㄏㄨㄛˋ ㄅㄨˋ ㄉㄢ ㄒㄧㄥˊ huò bù dān xíng	97
102	H	**Học rộng biết nhiều**	見多識廣／见多识广 ㄐㄧㄢˋ ㄉㄨㄛ ㄕˋ ㄍㄨㄤˇ jiàn duō shì guǎng	102
103	H	**Học rộng tài cao**	博學多才／博学多才 ㄅㄛˊ ㄒㄩㄝˊ ㄉㄨㄛ ㄘㄞˊ bó xué duō cái	15
104	H	**Hồi tâm chuyển ý**	回心轉意／回心转意 ㄏㄨㄟˊ ㄒㄧㄣ ㄓㄨㄢˇ ㄧˋ huí xīn zhuǎn yì	95
105	H	**Hồn bay phách lạc**	魂飛魄散／魂飞魄散 ㄏㄨㄣˊ ㄈㄟ ㄆㄛˋ ㄙㄢˋ hún fēi pò sàn	96
106	H	**Hồng nhan bạc mệnh**	紅顏薄命／红颜薄命 ㄏㄨㄥˊ ㄧㄢˊ ㄅㄛˊ ㄇㄧㄥˋ hóng yán bó mìng	89
107	H	**Hợp tình hợp lý**	合情合理 ㄏㄜˊ ㄑㄧㄥˊ ㄏㄜˊ ㄌㄧˇ hé qíng hé lǐ	87

順序	越南語成語首字 ABC	越南語成語	中文成語繁／簡體字 注音符號／漢語拼音	頁碼
108	H	**Hữu danh vô thực**	有名無實／有名无实 一ㄡˇ ㄇ一ㄥˊ ㄨˊ ㄕˊ yǒu míng wú shí	258
109	K	**Kim đồng ngọc nữ**	金童玉女 ㄐ一ㄣ ㄊㄨㄥˊ ㄩˋ ㄋㄩˇ jīn tóng yù nǚ	109
110	K	**Kính nhi viễn chi**	敬而遠之／敬而远之 ㄐ一ㄥˋ ㄦˊ ㄩㄢˋ ㄓ jìng ér yuàn zhī	115
111	K	**Kinh thiên động địa**	驚天動地／惊天动地 ㄐ一ㄥ ㄊ一ㄢ ㄉㄨㄥˋ ㄉ一ˋ jīng tiān dòng dì	113
112	K	**Kỳ phùng địch thủ**	棋逢敵手／棋逢敌手 ㄑ一ˊ ㄈㄥˊ ㄉ一ˊ ㄕㄡˇ qí féng dí shǒu	155
113	Kh	**Khắc cốt ghi tâm**	刻骨銘心／刻骨铭心 ㄎㄜˋ ㄍㄨˇ ㄇ一ㄥˊ ㄒ一ㄣ kè gǔ míng xīn	122
114	Kh	**Khai thiên lập địa**	開天闢地／开天辟地 ㄎㄞ ㄊ一ㄢ ㄆ一ˋ ㄉ一ˋ kāi tiān pì dì	121
115	Kh	**Khổ tận cam lai**	苦盡甘來／苦尽甘来 ㄎㄨˇ ㄐ一ㄣˋ ㄍㄢ ㄌㄞˊ kǔ jìn gān lái	125
116	Kh	**Khoanh tay chờ chết**	束手待斃／束手待毙 ㄕㄨˋ ㄕㄡˇ ㄉㄞˋ ㄅ一ˋ shù shǒu dài bì	201
117	Kh	**Không cánh mà bay**	不翼而飛／不翼而飞 ㄅㄨˋ 一ˋ ㄦˊ ㄈㄟ bù yì ér fēi	22
118	Kh	**Không đội trời chung**	不共戴天 ㄅㄨˊ ㄍㄨㄥˋ ㄉㄞˋ ㄊ一ㄢ bú gòng dài tiān	17
119	Kh	**Không hẹn mà gặp**	不約而同／不约而同 ㄅㄨˋ ㄩㄝ ㄦˊ ㄊㄨㄥˊ bù yuē ér tóng	23

順序	越南語成語 首字 ABC	越南語成語	中文成語繁／簡體字 注音符號／漢語拼音	頁碼
120	Kh	**Không làm mà hưởng**	不勞而獲／不劳而获 ㄅㄨˋ ㄌㄠˊ ㄦˊ ㄏㄨㄛˋ bù láo ér huò	19
121	Kh	**Khua chân múa tay**	指手畫腳／指手画脚 ㄓˇ ㄕㄡˇ ㄏㄨㄚˋ ㄐㄧㄠˇ zhǐ shǒu huà jiǎo	294
122	Kh	**Khuôn vàng thước ngọc**	金科玉律 ㄐㄧㄣ ㄎㄜ ㄩˋ ㄌㄩˋ jīn kē yù lǜ	108
123	Kh	**Khuynh quốc khuynh thành**	傾國傾城／倾国倾城 ㄑㄧㄥ ㄍㄨㄛˊ ㄑㄧㄥ ㄔㄥˊ qīng guó qīng chéng	166
124	L	**Lá ngọc cành vàng**	金枝玉葉／金枝玉叶 ㄐㄧㄣ ㄓ ㄩˋ ㄧㄝˋ jīn zhī yù yè	110
125	L	**Lá rụng về cội**	葉落歸根／叶落归根 ㄧㄝˋ ㄌㄨㄛˋ ㄍㄨㄟ ㄍㄣ yè luò guī gēn	254
126	L	**Lành ít dữ nhiều**	凶多吉少 ㄒㄩㄥ ㄉㄨㄛ ㄐㄧˊ ㄕㄠˇ xiōng duō jí shǎo	246
127	L	**Lấy công chuộc tội**	將功贖罪／将功赎罪 ㄐㄧㄤ ㄍㄨㄥ ㄕㄨˊ ㄗㄨㄟˋ jiāng gōng shú zuì	103
128	L	**Lấy độc trị độc**	以毒攻毒 ㄧˇ ㄉㄨˊ ㄍㄨㄥ ㄉㄨˊ yǐ dú gōng dú	274
129	L	**Lấy oán trả ân**	恩將仇報／恩将仇报 ㄣ ㄐㄧㄤ ㄔㄡˊ ㄅㄠˋ ēn jiāng chóu bào	57
130	L	**Liệu sự như thần**	料事如神 ㄌㄧㄠˋ ㄕˋ ㄖㄨˊ ㄕㄣˊ liào shì rú shén	136
131	L	**Lời ngon tiếng ngọt**	甜言蜜語／甜言蜜语 ㄊㄧㄢˊ ㄧㄢˊ ㄇㄧˋ ㄩˇ tián yán mì yǔ	218

順序	越南語成語 首字 ABC	越南語成語	中文成語繁／簡體字 注音符號／漢語拼音	頁碼
132	L	**Lòng đau như cắt**	心如刀割 ㄒㄧㄣ ㄖㄨˊ ㄉㄠ ㄍㄜ xīn rú dāo gē	245
133	L	**Lòng lang dạ sói**	狼心狗肺 ㄌㄤˊ ㄒㄧㄣ ㄍㄡˇ ㄈㄟˋ láng xīn gǒu fèi	129
134	L	**Lòng như lửa đốt**	憂心如焚／忧心如焚 ㄧㄡ ㄒㄧㄣ ㄖㄨˊ ㄈㄣˊ yōu xīn rú fén	256
135	L	**Long tranh hổ đấu**	龍爭虎鬥／龙争虎斗 ㄌㄨㄥˊ ㄓㄥ ㄏㄨˇ ㄉㄡˋ lóng zhēng hǔ dòu	139
136	L	**Long trời lở đất**	天翻地覆 ㄊㄧㄢ ㄈㄢ ㄉㄧˋ ㄈㄨˋ tiān fān dì fù	213
137	L	**Lực bất tòng tâm**	力不從心／力不从心 ㄌㄧˋ ㄅㄨˋ ㄘㄨㄥˊ ㄒㄧㄣ lì bù cóng xīn	131
138	M	**Mã đáo thành công**	馬到成功／马到成功 ㄇㄚˇ ㄉㄠˋ ㄔㄥˊ ㄍㄨㄥ mǎ dào chéng gōng	140
139	M	**Ma xui quỷ khiến**	鬼使神差 ㄍㄨㄟˇ ㄕˇ ㄕㄣˊ ㄔㄞ guǐ shǐ shén chāi	77
140	M	**Mai danh ẩn tích**	隱姓埋名／隐姓埋名 ㄧㄣˇ ㄒㄧㄥˋ ㄇㄞˊ ㄇㄧㄥˊ yǐn xìng mái míng	280
141	M	**Mất bò mới lo làm chuồng**	亡羊補牢／亡羊补牢 ㄨㄤˊ ㄧㄤˊ ㄅㄨˇ ㄌㄠˊ wáng yáng bǔ láo	227
142	M	**Mặt đỏ tía tai**	面紅耳赤／面红耳赤 ㄇㄧㄢˋ ㄏㄨㄥˊ ㄦˇ ㄔˋ miàn hóng ěr chì	144
143	M	**Mật ít ruồi nhiều**	粥少僧多 ㄓㄡ ㄕㄠˇ ㄙㄥ ㄉㄨㄛ zhōu shǎo sēng duō	298

順序	越南語成語首字 ABC	越南語成語	中文成語繁／簡體字 注音符號／漢語拼音	頁碼
144	M	Mặt người dạ thú	人面獸心／人面兽心 ㄖㄣˊ ㄇㄧㄢˋ ㄕㄡˋ ㄒㄧㄣ rén miàn shòu xīn	174
145	M	Mắt thấy tai nghe	耳聞目睹／耳闻目睹 ㄦˇ ㄨㄣˊ ㄇㄨˋ ㄉㄨˇ ěr wén mù dǔ	58
146	M	Miệng ăn núi lở	坐吃山空 ㄗㄨㄛˋ ㄔ ㄕㄢ ㄎㄨㄥ zuò chī shān kōng	290
147	M	Mò kim đáy biển	海底撈針／海底捞针 ㄏㄞˇ ㄉㄧˇ ㄌㄠ ㄓㄣ hǎi dǐ lāo zhēn	83
148	M	Môi hở răng lạnh	唇亡齒寒 ㄔㄨㄣˊ ㄨㄤˊ ㄔˇ ㄏㄢˊ chún wáng chǐ hán	37
149	M	Mồm năm miệng mười	七嘴八舌 ㄑㄧ ㄗㄨㄟˇ ㄅㄚ ㄕㄜˊ qī zuǐ bā shé	154
150	M	Môn đăng hộ đối	門當戶對／门当户对 ㄇㄣˊ ㄉㄤ ㄏㄨˋ ㄉㄨㄟˋ mén dāng hù duì	143
151	M	Một đời một kiếp	一生一世 ㄧ ㄕㄥ ㄧ ㄕˋ yī shēng yī shì	268
152	M	Một lòng một dạ	一心一意 ㄧ ㄒㄧㄣ ㄧ ㄧˋ yī xīn yī yì	270
153	M	Một mũi tên trúng hai đích	一箭雙雕／一箭双雕 ㄧ ㄐㄧㄢˋ ㄕㄨㄤ ㄉㄧㄠ yī jiàn shuāng diāo	264
154	M	Một tay che trời	一手遮天 ㄧ ㄕㄡˇ ㄓㄜ ㄊㄧㄢ yī shǒu zhē tiān	269
155	M	Mưa dập gió vùi	風吹雨打／风吹雨打 ㄈㄥ ㄔㄨㄟ ㄩˇ ㄉㄚˇ fēng chuī yǔ dǎ	63

順序	越南語成語 首字 ABC	越南語成語	中文成語繁／簡體字 注音符號／漢語拼音	頁碼
156	M	**Múa rìu qua mắt thợ**	班門弄斧／班门弄斧 ㄅㄢ ㄇㄣˊ ㄋㄨㄥˋ ㄈㄨˇ bān mén nòng fǔ	9
157	M	**Mưa thuận gió hòa**	風調雨順／风调雨顺 ㄈㄥ ㄊㄧㄠˊ ㄩˇ ㄕㄨㄣˋ fēng tiáo yǔ shùn	67
158	M	**Mục hạ vô nhân**	目中無人／目中无人 ㄇㄨˋ ㄓㄨㄥ ㄨˊ ㄖㄣˊ mù zhōng wú rén	148
159	M	**Mượn dao giết người**	借刀殺人／借刀杀人 ㄐㄧㄝˋ ㄉㄠ ㄕㄚ ㄖㄣˊ jiè dāo shā rén	107
160	M	**Muôn sự tại người**	事在人為／事在人为 ㄕˋ ㄗㄞˋ ㄖㄣˊ ㄨㄟˊ shì zài rén wéi	200
161	N	**Nằm gai nếm mật**	臥薪嘗膽／卧薪尝胆 ㄨㄛˋ ㄒㄧㄣ ㄔㄤˊ ㄉㄢˇ wò xīn cháng dǎn	233
162	N	**Nổi trận lôi đình**	大發雷霆／大发雷霆 ㄉㄚˋ ㄈㄚˋ ㄌㄟˊ ㄊㄧㄥˊ dà fa léi tíng	40
163	N	**Non xanh nước biếc**	山清水秀 ㄕㄢ ㄑㄧㄥ ㄕㄨㄟˇ ㄒㄧㄡˋ shān qīng shuǐ xiù	188
164	N	**Nước chảy đá mòn**	水滴石穿 ㄕㄨㄟˇ ㄉㄧ ㄕˊ ㄔㄨㄢ shuǐ dī shí chuān	202
165	N	**Nước mắt lưng tròng**	眼淚汪汪／眼泪汪汪 ㄧㄢˇ ㄌㄟˋ ㄨㄤ ㄨㄤ yǎn lèi wāng wāng	249
166	Ng	**Ngậm đắng nuốt cay**	茹苦含辛 ㄖㄨˊ ㄎㄨˇ ㄏㄢˊ ㄒㄧㄣ rú kǔ hán xīn	176
167	Ng	**Ngậm máu phun người**	含血噴人 ㄏㄢˊ ㄒㄧㄝˇ ㄆㄣ ㄖㄣˊ hán xiě pēn rén	85

順序	越南語成語 首字 ABC	越南語成語	中文成語繁／簡體字 注音符號／漢語拼音	頁碼
168	Ng	**Ngàn cân treo sợi tóc**	千鈞一髮／千钧一发 ㄑㄧㄢ ㄐㄩㄣ ㄧ ㄈㄚˇ qiān jūn yī fǎ	160
169	Ng	**Ngàn năm có một**	千載一時／千载一时 ㄑㄧㄢ ㄗㄞˇ ㄧ ㄕˊ qiān zǎi yī shí	163
170	Ng	**Ngày rộng tháng dài**	來日方長 ㄌㄞˊ ㄖˋ ㄈㄤ ㄔㄤˊ lái rì fāng cháng	126
171	Ng	**Ngọa hổ tàng long**	臥虎藏龍／卧虎藏龙 ㄨㄛˋ ㄏㄨˇ ㄘㄤˊ ㄌㄨㄥˊ wò hǔ cáng lóng	232
172	Ng	**Ngồi trên lưng cọp**	騎虎難下／骑虎难下 ㄑㄧˊ ㄏㄨˇ ㄋㄢˊ ㄒㄧㄚˋ qí hǔ nán xià	156
173	Ng	**Ngựa quen đường cũ**	老馬識途／老马识途 ㄌㄠˇ ㄇㄚˇ ㄕˋ ㄊㄨˊ lǎo mǎ shì tú	127
174	Ng	**Ngưu Lang Chức Nữ**	牛郎織女／牛郎织女 ㄋㄧㄡˊ ㄌㄤˊ ㄓ ㄋㄩˇ niú láng zhī nǚ	150
175	Nh	**Nhà cao cửa rộng**	高樓大廈／高楼大厦 ㄍㄠ ㄌㄡˊ ㄉㄚˋ ㄒㄧㄚˋ gāo lóu dà shà	69
176	Nh	**Nhân định thắng thiên**	人定勝天／人定胜天 ㄖㄣˊ ㄉㄧㄥˋ ㄕㄥˋ ㄊㄧㄢ rén dìng shèng tiān	173
177	Nh	**Nhân nào quả nấy**	前因後果／前因后果 ㄑㄧㄢˊ ㄧㄣ ㄏㄡˋ ㄍㄨㄛˇ qián yīn hòu guǒ	165
178	Nh	**Nhanh chân đến trước**	捷足先登 ㄐㄧㄝˊ ㄗㄨˊ ㄒㄧㄢ ㄉㄥ jié zú xiān dēng	106
179	Nh	**Nhanh mắt nhanh tay**	眼明手快 ㄧㄢˇ ㄇㄧㄥˊ ㄕㄡˇ ㄎㄨㄞˋ yǎn míng shǒu kuài	248

順序	越南語成語首字 ABC	越南語成語	中文成語繁／簡體字注音符號／漢語拼音	頁碼
180	Nh	**Nhập gia tùy tục**	入鄉隨俗／入乡随俗 ㄖㄨˋ ㄒㄧㄤ ㄙㄨㄟˊ ㄙㄨˊ rù xiāng suí sú	179
181	Nh	**Nhất cử lưỡng tiện**	一舉兩得／一举两得 ㄧ ㄐㄩˇ ㄌㄧㄤˇ ㄉㄜˊ yī jǔ liǎng dé	265
182	Nh	**Nhất cử nhất động**	一舉一動／一举一动 ㄧ ㄐㄩˇ ㄧ ㄉㄨㄥˋ yī jǔ yī dòng	266
183	Nh	**Nhẹ tựa lông hồng**	輕於鴻毛／轻于鸿毛 ㄑㄧㄥ ㄩˊ ㄏㄨㄥˊ ㄇㄠˊ qīng yú hóng máo	169
184	Nh	**Nhìn mặt bắt hình dong**	以貌取人 ㄧˇ ㄇㄠˋ ㄑㄩˇ ㄖㄣˊ yǐ mào qǔ rén	275
185	Nh	**Nhìn xa trông rộng**	高瞻遠矚／高瞻远瞩 ㄍㄠ ㄓㄢ ㄩㄢˇ ㄓㄨˇ gāo zhān yuǎn zhǔ	70
186	Nh	**Như hình với bóng**	如影隨形／如影随形 ㄖㄨˊ ㄧㄥˇ ㄙㄨㄟˊ ㄒㄧㄥˊ rú yǐng suí xíng	178
187	O	**Oai phong lẫm liệt**	威風凜凜／威风凛凛 ㄨㄟ ㄈㄥ ㄌㄧㄣˇ ㄌㄧㄣˇ wēi fēng lǐn lǐn	229
188	O	**Oan gia ngõ hẹp**	狹路相逢／狭路相逢 ㄒㄧㄚˊ ㄌㄨˋ ㄒㄧㄤ ㄈㄥˊ xiá lù xiāng féng	240
189	Ô	**Ôn cố tri tân**	溫故知新／温故知新 ㄨㄣ ㄍㄨˋ ㄓ ㄒㄧㄣ wēn gù zhī xīn	230
190	Ph	**Phàm phu tục tử**	凡夫俗子 ㄈㄢˊ ㄈㄨ ㄙㄨˊ ㄗˇ fán fū sú zǐ	59
191	Ph	**Phí công vô ích**	徒勞無益／徒劳无益 ㄊㄨˊ ㄌㄠˊ ㄨˊ ㄧˋ tú láo wú yì	224

順序	越南語成語 首字 ABC	越南語成語	中文成語繁／簡體字 注音符號／漢語拼音	頁碼
192	Ph	**Phong hoa tuyết nguyệt**	風花雪月／风花雪月 ㄈㄥ ㄏㄨㄚ ㄒㄩㄝˇ ㄩㄝˋ fēng huā xuě yuè	64
193	Qu	**Quốc thái dân an**	國泰民安／国泰民安 ㄍㄨㄛˊ ㄊㄞˋ ㄇㄧㄣˊ ㄢ guó tài mín ān	79
194	Qu	**Qua cầu rút ván**	過河拆橋／过河拆桥 ㄍㄨㄛˋ ㄏㄜˊ ㄔㄞ ㄑㄧㄠˊ guò hé chāi qiáo	80
195	Qu	**Quá tam ba bận**	事不過三／事不过三 ㄕˋ ㄅㄨˋ ㄍㄨㄛˋ ㄙㄢ shì bú guò sān	199
196	Qu	**Quang minh chính đại**	光明正大 ㄍㄨㄤ ㄇㄧㄥˊ ㄓㄥˋ ㄉㄚˋ guāng míng zhèng dà	76
197	Qu	**Quay đầu là bờ**	回頭是岸 ㄏㄨㄟˊ ㄊㄡˊ ㄕˋ ㄢˋ huí tóu shì àn	94
198	Qu	**Quốc sắc thiên hương**	國色天香／国色天香 ㄍㄨㄛˊ ㄙㄜˋ ㄊㄧㄢ ㄒㄧㄤ guó sè tiān xiāng	78
199	R	**Rõ như lòng bàn tay**	瞭如指掌／了如指掌 ㄌㄧㄠˇ ㄖㄨˊ ㄓˇ ㄓㄤˇ liǎo rú zhǐ zhǎng	135
200	R	**Rồng bay phượng múa**	龍飛鳳舞／龙飞凤舞 ㄌㄨㄥˊ ㄈㄟ ㄈㄥˋ ㄨˇ lóng fēi fèng wǔ	138
201	R	**Rừng thiêng nước độc**	窮山惡水／穷山恶水 ㄑㄩㄥˊ ㄕㄢ ㄜˋ ㄕㄨㄟˇ qióng shān è shuǐ	171
202	S	**Sát khí đằng đằng**	殺氣騰騰／杀气腾腾 ㄕㄚ ㄑㄧˋ ㄊㄥˊ ㄊㄥˊ shā qì téng téng	187
203	S	**Sét đánh ngang tai**	如雷貫耳／如雷贯耳 ㄖㄨˊ ㄌㄟˊ ㄍㄨㄢˋ ㄦˇ rú léi guàn ěr	177

順序	越南語成語 首字 ABC	越南語成語	中文成語繁／簡體字 注音符號／漢語拼音	頁碼
204	S	**Sinh li tử biệt**	生離死別／生离死别 ㄕㄥ ㄌㄧˊ ㄙˇ ㄅㄧㄝˊ shēng lí sǐ bié	194
205	S	**Sơn hào hải vị**	山珍海味 ㄕㄢ ㄓㄣ ㄏㄞˇ ㄨㄟˋ shān zhēn hǎi wèi	189
206	S	**Sông cạn đá mòn**	海枯石爛 ㄏㄞˇ ㄎㄨ ㄕˊ ㄌㄢˋ hǎi kū shí làn	81
207	S	**Sóng yên gió lặng**	風平浪靜／风平浪静 ㄈㄥ ㄆㄧㄥˊ ㄌㄤˋ ㄐㄧㄥˋ fēng píng làng jìng	66
208	S	**Sự thật mất lòng**	忠言逆耳 ㄓㄨㄥ ㄧㄢˊ ㄋㄧˋ ㄦˇ zhōng yán nì ěr	297
209	S	**Sư tử Hà Đông**	河東獅吼／河东狮吼 ㄏㄜˊ ㄉㄨㄥ ㄕ ㄏㄡˇ hé dōng shī hǒu	86
210	S	**Sứt đầu mẻ trán**	焦頭爛額／焦头烂额 ㄐㄧㄠ ㄊㄡˊ ㄌㄢˋ ㄜˊ jiāo tóu làn é	105
211	T	**Tác oai tác quái**	作威作福 ㄗㄨㄛˋ ㄨㄟ ㄗㄨㄛˋ ㄈㄨˊ zuò wēi zuò fú	291
212	T	**Tài đức vẹn toàn**	德才兼備／德才兼备 ㄉㄜˊ ㄘㄞˊ ㄐㄧㄢ ㄅㄟˋ dé cái jiān bèi	43
213	T	**Tái ông thất mã**	塞翁失馬／塞翁失马 ㄙㄞˋ ㄨㄥ ㄕ ㄇㄚˇ sài wēng shī mǎ	182
214	T	**Tài tử giai nhân**	才子佳人 ㄘㄞˊ ㄗˇ ㄐㄧㄚ ㄖㄣˊ cái zǐ jiā rén	24
215	T	**Tâm đầu ý hợp**	情投意合 ㄑㄧㄥˊ ㄊㄡˊ ㄧˋ ㄏㄜˊ qíng tóu yì hé	170

順序	越南語成語 首字 ABC	越南語成語	中文成語繁／簡體字 注音符號／漢語拼音	頁碼
216	T	**Tám lạng nửa cân**	半斤八兩／半斤八两 ㄅㄢˋ ㄐㄧㄣ ㄅㄚ ㄌㄧㄤˇ bàn jīn bā liǎng	10
217	T	**Tâm phục khẩu phục**	心服口服 ㄒㄧㄣ ㄈㄨˊ ㄎㄡˇ ㄈㄨˊ xīn fú kǒu fú	244
218	T	**Tam tòng tứ đức**	三從四德／三从四德 ㄙㄢ ㄘㄨㄥˊ ㄙˋ ㄉㄜˊ sān cóng sì dé	180
219	T	**Tan đàn xẻ nghé**	妻離子散／妻离子散 ㄑㄧ ㄌㄧˊ ㄗˇ ㄙㄢˋ qī lí zǐ sàn	153
220	T	**Tận tâm tận lực**	盡心竭力／尽心竭力 ㄐㄧㄣˋ ㄒㄧㄣ ㄐㄧㄝˊ ㄌㄧˋ jìn xīn jié lì	112
221	T	**Tan thành mây khói**	煙消雲散／烟消云散 ㄧㄢ ㄒㄧㄠ ㄩㄣˊ ㄙㄢˋ yān xiāo yún sàn	247
222	T	**Tay trắng làm nên**	白手起家 ㄅㄞˊ ㄕㄡˇ ㄑㄧˇ ㄐㄧㄚ bái shǒu qǐ jiā	5
223	T	**Tiền hô hậu ủng**	前呼後擁／前呼后拥 ㄑㄧㄢˊ ㄏㄨ ㄏㄡˋ ㄩㄥˇ qián hū hòu yǒng	164
224	T	**Tiến thoái lưỡng nan**	進退兩難／进退两难 ㄐㄧㄣˋ ㄊㄨㄟˋ ㄌㄧㄤˇ ㄋㄢˊ jìn tuì liǎng nán	111
225	T	**Tiền trảm hậu tấu**	先斬後奏／先斩后奏 ㄒㄧㄢ ㄓㄢˇ ㄏㄡˋ ㄗㄡˋ xiān zhǎn hòu zòu	241
226	T	**Tiếng thơm muôn đời**	流芳百世 ㄌㄧㄡˊ ㄈㄤ ㄅㄞˇ ㄕˋ liú fāng bǎi shì	137
227	T	**Tiếng xấu để đời**	遺臭萬年／遗臭万年 ㄧˊ ㄔㄡˋ ㄨㄢˋ ㄋㄧㄢˊ yí chòu wàn nián	271

順序	越南語成語 首字 ABC	越南語成語	中文成語繁／簡體字 注音符號／漢語拼音	頁碼
228	T	**Toàn tâm toàn ý**	全心全意 ㄑㄩㄢˊ ㄒㄧㄣ ㄑㄩㄢˊ ㄧˋ quán xīn quán yì	172
229	T	**Tội ác tày trời**	滔天大罪 ㄊㄠ ㄊㄧㄢ ㄉㄚˋ ㄗㄨㄟˋ tāo tiān dà zuì	209
230	T	**Tôn sư trọng đạo**	尊師重道／尊师重道 ㄗㄨㄣ ㄕ ㄓㄨㄥˋ ㄉㄠˋ zūn shī zhòng dào	288
231	T	**Tự cao tự đại**	自高自大 ㄗˋ ㄍㄠ ㄗˋ ㄉㄚˋ zì gāo zì dà	283
232	T	**Tự do tự tại**	自由自在 ㄗˋ ㄧㄡˊ ㄗˋ ㄗㄞˋ zì yóu zì zài	285
233	T	**Tự lực cánh sinh**	自力更生 ㄗˋ ㄌㄧˋ ㄍㄥˋ ㄕㄥ zì lì gèng shēng	284
234	T	**Túc trí đa mưu**	足智多謀／足智多谋 ㄗㄨˊ ㄓˋ ㄉㄨㄛ ㄇㄡˊ zú zhì duō móu	287
235	T	**Tương kế tựu kế**	將計就計／将计就计 ㄐㄧㄤ ㄐㄧˋ ㄐㄧㄡˋ ㄐㄧˋ jiāng jì jiù jì	104
236	T	**Tương thân tương ái**	相親相愛／相亲相爱 ㄒㄧㄤ ㄑㄧㄣ ㄒㄧㄤ ㄞˋ xiāng qīn xiāng ài	242
237	T	**Tùy cơ ứng biến**	隨機應變／随机应变 ㄙㄨㄟˊ ㄐㄧ ㄧㄥˋ ㄅㄧㄢˋ suí jī yìng biàn	186
238	Th	**Thành tâm thành ý**	誠心誠意／诚心诚意 ㄔㄥˊ ㄒㄧㄣ ㄔㄥˊ ㄧˋ chéng xīn chéng yì	31
239	Th	**Thanh thiên bạch nhật**	青天白日 ㄑㄧㄥ ㄊㄧㄢ ㄅㄞˊ ㄖˋ qīng tiān bái rì	168

順序	越南語成語 首字 ABC	越南語成語	中文成語繁／簡體字 注音符號／漢語拼音	頁碼
240	Th	**Thao thao bất tuyệt**	滔滔不絕／滔滔不绝 ㄊㄠ ㄊㄠ ㄅㄨˋ ㄐㄩㄝˊ tāo tāo bù jué	208
241	Th	**Thập diện mai phục**	十面埋伏 ㄕˊ ㄇㄧㄢˋ ㄇㄞˊ ㄈㄨˊ shí miàn mái fú	195
242	Th	**Thập toàn thập mỹ**	十全十美 ㄕˊ ㄑㄩㄢˊ ㄕˊ ㄇㄟˇ shí quán shí měi	196
243	Th	**Thập tử nhất sinh**	九死一生 ㄐㄧㄡˇ ㄙˇ ㄧ ㄕㄥ jiǔ sǐ yī shēng	116
244	Th	**Thật giả lẫn lộn**	顛倒是非／颠倒是非 ㄉㄧㄢ ㄉㄠˇ ㄕˋ ㄈㄟ diān dǎo shì fēi	46
245	Th	**Thấu tình đạt lý**	通情達理／通情达理 ㄊㄨㄥ ㄑㄧㄥˊ ㄉㄚˊ ㄌㄧˇ tōng qíng dá lǐ	219
246	Th	**Thầy bói xem voi**	盲人摸象 ㄇㄤˊ ㄖㄣˊ ㄇㄛ ㄒㄧㄤˋ máng rén mō xiàng	141
247	Th	**Thầy tốt bạn hiền**	良師益友／良师益友 ㄌㄧㄤˊ ㄕ ㄧˋ ㄧㄡˇ liáng shī yì yǒu	132
248	Th	**Thề non hẹn biển**	海誓山盟 ㄏㄞˇ ㄕˋ ㄕㄢ ㄇㄥˊ hǎi shì shān méng	84
249	Th	**Thiên biến vạn hóa**	千變萬化／千变万化 ㄑㄧㄢ ㄅㄧㄢˋ ㄨㄢˋ ㄏㄨㄚˋ qiān biàn wàn huà	158
250	Th	**Thiên la địa võng**	天羅地網／天罗地网 ㄊㄧㄢ ㄌㄨㄛˊ ㄉㄧˋ ㄨㄤˇ tiān luó dì wǎng	214
251	Th	**Thiên sơn vạn thủy**	千山萬水／千山万水 ㄑㄧㄢ ㄕㄢ ㄨㄢˋ ㄕㄨㄟˇ qiān shān wàn shuǐ	162

順序	越南語成語 首字 ABC	越南語成語	中文成語繁／簡體字 注音符號／漢語拼音	頁碼
252	Th	**Thiên tác chi hợp**	天作之合 ㄊㄧㄢ ㄗㄨㄛˋ ㄓ ㄏㄜˊ tiān zuò zhī hé	217
253	Th	**Thiên trường địa cửu**	天長地久／天长地久 ㄊㄧㄢ ㄔㄤˊ ㄉㄧˋ ㄐㄧㄡˇ tiān cháng dì jiǔ	211
254	Th	**Thở ngắn than dài**	長吁短嘆／长吁短叹 ㄔㄤˊ ㄒㄩ ㄉㄨㄢˇ ㄊㄢˋ cháng xū duǎn tàn	27
255	Th	**Thuận buồm xuôi gió**	一帆風順／一帆风顺 ㄧ ㄈㄢˊ ㄈㄥ ㄕㄨㄣˋ yī fán fēng shùn	263
256	Th	**Thuận nước giong thuyền**	順水推舟／顺水推舟 ㄕㄨㄣˋ ㄕㄨㄟˇ ㄊㄨㄟ ㄓㄡ shùn shuǐ tuī zhōu	203
257	Th	**Thực sự cầu thị**	實事求是／实事求是 ㄕˊ ㄕˋ ㄑㄧㄡˊ ㄕˋ shí shì qiú shì	197
258	Th	**Thuốc đắng giã tật**	良藥苦口／良药苦口 ㄌㄧㄤˊ ㄧㄠˋ ㄎㄨˇ ㄎㄡˇ liáng yào kǔ kǒu	133
259	Th	**Thượng lộ bình an**	一路平安 ㄧ ㄌㄨˋ ㄆㄧㄥˊ ㄢ yī lù píng ān	267
260	Th	**Thả hổ về rừng**	放虎歸山／放虎归山 ㄈㄤˋ ㄏㄨˇ ㄍㄨㄟ ㄕㄢ fàng hǔ guī shān	61
261	Th	**Tham bát bỏ mâm**	貪小失大／贪小失大 ㄊㄢ ㄒㄧㄠˇ ㄕ ㄉㄚˋ tān xiǎo shī dà	205
262	Th	**Thâm căn cố đế**	根深蒂固 ㄍㄣ ㄕㄣ ㄉㄧˋ ㄍㄨˋ gēn shēn dì gù	71
263	Th	**Tham quan ô lại**	貪官汙吏／贪官污吏 ㄊㄢ ㄍㄨㄢ ㄨ ㄌㄧˋ tān guān wū lì	204

順序	越南語成語首字 ABC	越南語成語	中文成語繁／簡體字 注音符號／漢語拼音	頁碼
264	Th	**Tham sống sợ chết**	貪生怕死／贪生怕死 ㄊㄢ ㄕㄥ ㄆㄚˋ ㄙˇ tān shēng pà sǐ	206
265	Th	**Thân bại danh liệt**	身敗名裂／身败名裂 ㄕㄣ ㄅㄞˋ ㄇㄧㄥˊ ㄌㄧㄝˋ shēn bài míng liè	191
266	Th	**Thần thông quảng đại**	神通廣大／神通广大 ㄕㄣˊ ㄊㄨㄥ ㄍㄨㄤˇ ㄉㄚˋ shén tōng guǎng dà	192
267	Th	**Thành gia lập nghiệp**	成家立業／成家立业 ㄔㄥˊ ㄐㄧㄚ ㄌㄧˋ ㄧㄝˋ chéng jiā lì yè	30
268	Th	**Thanh mai trúc mã**	青梅竹馬／青梅竹马 ㄑㄧㄥ ㄇㄟˊ ㄓㄨˊ ㄇㄚˇ qīng méi zhú mǎ	167
269	Tr	**Trai tài gái sắc**	郎才女貌 ㄌㄤˊ ㄘㄞˊ ㄋㄩˇ ㄇㄠˋ láng cái nǚ mào	128
270	Tr	**Trăm đắng ngàn cay**	千辛萬苦／千辛万苦 ㄑㄧㄢ ㄒㄧㄣ ㄨㄢˋ ㄎㄨˇ qiān xīn wàn kǔ	161
271	Tr	**Trăm phương nghìn kế**	千方百計／千方百计 ㄑㄧㄢ ㄈㄤ ㄅㄞˇ ㄐㄧˋ qiān fāng bǎi jì	159
272	Tr	**Trắng đen rõ ràng**	黑白分明 ㄏㄟ ㄅㄞˊ ㄈㄣ ㄇㄧㄥˊ hēi bái fēn míng	88
273	Tr	**Trèo đèo lội suối**	跋山涉水 ㄅㄚˊ ㄕㄢ ㄕㄜˋ ㄕㄨㄟˇ bá shān shè shuǐ	4
274	Tr	**Trí dũng song toàn**	智勇雙全／智勇双全 ㄓˋ ㄩㄥˇ ㄕㄨㄤ ㄑㄩㄢˊ zhì yǒng shuāng quán	295
275	Tr	**Trở tay không kịp**	措手不及 ㄘㄨㄛˋ ㄕㄡˇ ㄅㄨˋ ㄐㄧˊ cuò shǒu bù jí	25

順序	越南語成語首字 ABC	越南語成語	中文成語繁／簡體字 注音符號／漢語拼音	頁碼
276	Tr	**Trời cao đất dày**	天高地厚 ㄊㄧㄢ ㄍㄠ ㄉㄧˋ ㄏㄡˋ tiān gāo dì hòu	212
277	Tr	**Trời chu đất diệt**	天誅地滅／天诛地灭 ㄊㄧㄢ ㄓㄨ ㄉㄧˋ ㄇㄧㄝˋ tiān zhū dì miè	216
278	Tr	**Trước sau như một**	始終如一／始终如一 ㄕˇ ㄓㄨㄥ ㄖㄨˊ ㄧ shǐ zhōng rú yī	198
279	Tr	**Trường sinh bất lão**	長生不老／长生不老 ㄔㄤˊ ㄕㄥ ㄅㄨˋ ㄌㄠˇ cháng shēng bù lǎo	26
280	U	**Uống nước nhớ nguồn**	飲水思源／饮水思源 ㄧㄣˇ ㄕㄨㄟˇ ㄙ ㄩㄢˊ yǐn shuǐ sī yuán	276
281	V	**Vạn bất đắc dĩ**	萬不得已／万不得已 ㄨㄢˋ ㄅㄨˋ ㄉㄜˊ ㄧˇ wàn bù dé yǐ	225
282	V	**Ván đã đóng thuyền**	木已成舟 ㄇㄨˋ ㄧˇ ㄔㄥˊ ㄓㄨ mù yǐ chéng zhōu	147
283	V	**Vạn sự như ý**	萬事如意／万事如意 ㄨㄢˋ ㄕˋ ㄖㄨˊ ㄧˋ wàn shì rú yì	226
284	V	**Văn võ song toàn**	文武雙全／文武双全 ㄨㄣˊ ㄨˇ ㄕㄨㄤ ㄑㄩㄢˊ wén wǔ shuāng quán	231
285	V	**Vào sinh ra tử**	出生入死 ㄔㄨ ㄕㄥ ㄖㄨˋ ㄙˇ chū shēng rù sǐ	33
286	V	**Vật đổi sao dời**	物換星移／物换星移 ㄨˋ ㄏㄨㄢˋ ㄒㄧㄥ ㄧˊ wù huàn xīng yí	238
287	V	**Vẹn cả đôi đường**	兩全其美／两全其美 ㄌㄧㄤˇ ㄑㄩㄢˊ ㄑㄧˊ ㄇㄟˇ liǎng quán qí měi	134

順序	越南語成語首字 ABC	越南語成語	中文成語繁／簡體字 注音符號／漢語拼音	頁碼
288	V	**Vinh hoa phú quý**	榮華富貴／荣华富贵 ㄖㄨㄥˊㄏㄨㄚˊㄈㄨˋㄍㄨㄟˋ róng huá fù guì	175
289	V	**Vô cùng vô tận**	無窮無盡／无穷无尽 ㄨˊㄑㄩㄥˊㄨˊㄐㄧㄣˋ wú qióng wú jìn	234
290	V	**Vô danh tiểu tốt**	無名小卒／无名小卒 ㄨˊㄇㄧㄥˊㄒㄧㄠˇㄗㄨˊ wú míng xiǎo zú	236
291	V	**Vô duyên vô cớ**	無緣無故／无缘无故 ㄨˊㄩㄢˊㄨˊㄍㄨˋ wú yuán wú gù	235
292	V	**Vô phương cứu chữa**	不可救藥／不可救药 ㄅㄨˋㄎㄜˇㄐㄧㄡˋㄧㄠˋ bù kě jiù yào	18
293	V	**Vô tiền khoáng hậu**	空前絕後／空前绝后 ㄎㄨㄥㄑㄧㄢˊㄐㄩㄝˊㄏㄡˋ kōng qián jué hòu	123
294	V	**Vong ân bội nghĩa**	忘恩負義／忘恩负义 ㄨㄤˋㄣㄈㄨˋㄧˋ wàng ēn fù yì	228
295	V	**Vui quên đường về**	樂而忘返 ㄌㄜˋㄦˊㄨㄤˋㄈㄢˇ lè ér wàng fǎn	130
296	X	**Xả thân cứu người**	捨己救人 ㄕㄜˇㄐㄧˇㄐㄧㄡˋㄖㄣˊ shě jǐ jiù rén	190
297	X	**Xuất đầu lộ diện**	出頭露面／出头露面 ㄔㄨㄊㄡˊㄌㄡˋㄇㄧㄢˋ chū tóu lòu miàn	34
298	X	**Xuất khẩu thành chương**	出口成章 ㄔㄨㄎㄡˇㄔㄥˊㄓㄤ chū kǒu chéng zhāng	32
299	Y	**Ý tại ngôn ngoại**	意在言外 ㄧˋㄗㄞˋㄧㄢˊㄨㄞˋ yì zài yán wài	277

順序	越南語成語 首字 ABC	越南語成語	中文成語繁／簡體字 注音符號／漢語拼音	頁碼
300	Y	**Yểu điệu thục nữ**	窈窕淑女 ㄧㄠˇ ㄊㄧㄠˇ ㄕㄨˊ ㄋㄩˇ yǎo tiǎo shú nǔ	252

參考資料

1. 中華民國教育部《成語典》：https://dict.idioms.moe.edu.tw/
2. 中國《漢典》：https://www.zdic.net/
3. 金榮華（2009）。《中文讀本》。台北：行政院僑務委員會出版社
4. 馬國凡（1997）。《成語》。呼和浩特：內蒙古人民出版社
5. 陳鐵君（1999）。《遠流活用成語辭典》。遠流出版社
6. 陳春城（2005）。《活用成語分類辭典（增訂本）》。河畔出版社
7. Trần Thị Thanh Liêm (2009): Từ điển thành ngữ Hán Việt. NXB Lao Động, Hà Nội.
8. Nguyễn Văn Khang (2008): Từ điển thành ngữ, tục ngữ Việt Hán. NXB Văn hóa Sài Gòn, thành phố Hồ Chí Minh.
9. Nguyễn Như Ý, Nguyễn Văn Khang (2014): Từ điển giải thích thành ngữ gốc Hán. NXB Giáo dục Việt Nam, Hà Nội.
10. 阮蓮香（2012～2013）。〈跟阮老師一起學漢越成語〉專欄。臺灣《四方報》
11. 黎氏寶珠（2020）。〈漢越成語研究—以對外漢語教學為導向〉。臺灣國立政治大學華語文教學博士論文

國家圖書館出版品預行編目資料

常用漢越成語 300 句精選 /
阮蓮香（Nguyễn Thị Liên Hương）、
黎寶珠（Lê Thị Bảo Châu）編著
-- 初版 -- 臺北市：瑞蘭國際 , 2023.11
368 面；17×23 公分 --（繽紛外語系列；128）
ISBN：978-626-7274-64-4（平裝）
1.CST：漢語 2.CST：越南語 3.CST：成語

802.183   112016259

繽紛外語系列 128

常用漢越成語 300 句精選

編著者｜阮蓮香（Nguyễn Thị Liên Hương）、黎寶珠（Lê Thị Bảo Châu）
責任編輯｜葉仲芸、王愿琦
特約編輯｜詹巧莉
校對｜阮蓮香（Nguyễn Thị Liên Hương）、黎寶珠（Lê Thị Bảo Châu）、
　　　詹巧莉、葉仲芸、王愿琦

封面設計、版型設計｜劉麗雪
內文排版｜陳如琪

瑞蘭國際出版
董事長｜張暖彗・社長兼總編輯｜王愿琦
編輯部
副總編輯｜葉仲芸・主編｜潘治婷
設計部主任｜陳如琪
業務部
經理｜楊米琪・主任｜林湲洵・組長｜張毓庭

出版社｜瑞蘭國際有限公司・地址｜台北市大安區安和路一段 104 號 7 樓之 1
電話｜（02）2700-4625・傳真｜（02）2700-4622・訂購專線｜（02）2700-4625
劃撥帳號｜19914152 瑞蘭國際有限公司
瑞蘭國際網路書城｜ www.genki-japan.com.tw

法律顧問｜海灣國際法律事務所　呂錦峯律師

總經銷｜聯合發行股份有限公司・電話｜（02）2917-8022、2917-8042
傳真｜（02）2915-6275、2915-7212・印刷｜科億印刷股份有限公司
出版日期｜2023 年 11 月初版 1 刷・定價｜550 元・ISBN｜978-626-7274-64-4